மக்களின் உலக வாழ்க்கை நீதி!

சரிதம் – 1

தர்மத்தின் தலைவன்

சஞ்சீவ். தி

INDIA · SINGAPORE · MALAYSIA

ISBN 979-8-89133-772-5

உள்ளடக்கம்

1. உலகம்.....5
2. மக்களின் மனநிலை.....7
3. சமூகப் பிரச்சனைகள்.....13
4. மக்களின் முறையில்லா வாழ்க்கைமுறை.....85
5. மக்களின் உலக வாழ்க்கை நீதி.....93
6. மக்களுக்கான தெளிவுரை.....137

உலகம்

- ✓ உலகில் வாழும் பல உயிரினங்களில் மனிதனும் ஒன்று.
- ✓ பிறப்பால் அனைவரும் சமம்.
- ✓ வீரன், கோழை, நல்லவன், கெட்டவன், உயர்ந்தவன், தாழ்ந்தவன், ஏழை, பணக்காரன், இருப்பவன், இல்லாதவன், கற்றவன், கல்லாதவன், அறிவாளி, முட்டாள், வெற்றி, தோல்வி, சாதனை, முடியாமை என எவையும் உலக நீதியில்லை அனைத்தும் உருவாக்கப்பட்டவை, மேலும் சூழ்நிலைக்களுக்காக சிலர் வாழ பலர் வாட கடைபிடித்து கட்டாயமாக பின்படுத்தப்படுகிறது, பின்படுத்த வைக்கிறது.
- ✓ உலகில் வாழும் அனைவரும் சிரிப்புடன் காலம் முழுவதும் உழைத்து மூன்று வேலையும் உண்டு மகிழ்ச்சியாக உறங்கி தேவையில்லா கவலையின்றி, கோபமின்றி, எதிர்பார்ப்புமின்றி, பேராசையின்றி, ஏமாற்றமின்றி, ஆசையின்றி, ஆடம்பரமின்றி, தன்னலமின்றி, பொறாமையின்றி,

பிறர்க்கு கெடுதலின்றி, இன்னலின்றி, புகழின்றி, வேறுபாடுயின்றி, குழப்பமின்றி, ஏழையின்றி, பணக்காரனின்றி, பதவியாசையின்றி, பணமாசையின்றி, ஒற்றுமையாக, இயல்பாக, ஆரோக்கியமாக, இன்பமாக, எளிமையாக, அடக்கமாக, அன்பாக, பொதுநலமாக, ஒழுக்கமாக, சிறந்த அறத்துடன், அமைதியாக, உதவும் எண்ணத்தோடு, கல்வியுடன், அறிவாக, எதார்த்தமாக, நன்மையாக, நற்குணங்கள் கொண்டு, விட்டுக் கொடுத்து, புரிதலோடு, அனைவரும் சமம் என்று எண்ணி, நிம்மதியாக, மன அமைதியாக, நிதானமாக, மனிதநேயமான மனிதனாக இயற்கையோடு உலகில் வாழ முடியும்.

✓ இவை அனைத்தும் எண்ணத்தால், குணத்தால், செயல்களால் பூர்த்தி செய்வதோடு மட்டுமல்லாமல் வாழ்க்கை நடைமுறையான குடும்பம், கல்வி, தொழில், வேலை, சமூகம் என இவைகளிலும் மன நிறைவோடு சார்ந்து கடைபிடிக்கவும் வேண்டும்.

மக்களின் மனநிலை

✓ சமூகத்தில் உள்ள அனைத்து பெற்றோரும் தங்கள் பிள்ளைகள் நன்கு பிறந்து, அறிவுடன் வளர்ந்து, பிறருக்கு தீங்கின்றி, நல்லவனாய் வாழ்ந்து, மூன்று வேலையும் பிடித்த உணவு உண்டு, நன்றாக படித்து, பொறுப்பான பிள்ளையாய் வளர்ந்து, தீய பழக்கமின்றி நல்ல பெயர் பெற்று, எந்த தவறும் செய்யாமல், தண்டனைக்கு ஆளாகாமல், நன்கு படித்து முடித்து, சிறந்த வேலைக்குச் சென்று, பணம் ஈட்டி, குடும்பத்தை கவனித்து, வீடு கட்டி, புகழோடு, திருமணம் செய்து, பிள்ளைகளை பெற்று, பிறருக்கு உதவி செய்து, நேர்மையால் தீங்கைத் தடுத்து, புண்ணியம் தேடி, சொல்பேச்சை கேட்டு, எந்த பிரச்சனைகளுக்கும் போகாமல், கடைசிவரை பார்க்க வேண்டும், இப்படித்தான் வாழ வேண்டும் என்று அனைத்து பெற்றோரும் ஆசைப்படுவீர்கள், நினைப்பீர்கள், அதற்காகத்தான் இயற்கையிடம் வேண்டுவீர்கள், வாழ்வீர்கள், ஆனால் அப்படி நடப்பதில்லை, யாவரும் பெற்றோர் இல்லாமல் உலகில் வந்ததில்லை, அப்படிப்பட்ட பெற்றோர்கள்

அனைவரின் சிந்தனைகளும் பிள்ளைகளுக்காக ஒன்றுதான், ஆனால் சமூகம் பல இன்னல்களோடு வேறு மோசமான பாதையை கடக்கிறது, எங்கே தவறு நடக்கிறது? யார் காரணம்? எங்கே காரணம்? யார் செய்யும் தவறால் இப்படி சமூகத்தில் நிகழ்கிறது? எங்கு சரி செய்தால் அனைத்தும் சரியாகும்? யாரிடம் செய்தால்?, ஆனால் இந்த இன்னல்கள் சமூகத்தில் நடப்பது மனிதனால் தான், அவர்களுக்கும் பெற்றோர்கள் பெரும்பாலும் இருந்திருப்பார்கள், அப்போது சமூகத்தில் பல இன்னல்கள் நடப்பதில் இருவரில் யார் காரணம்?,; சமூகத்தில் அனைவரும் சரியாக இருந்தால் யாவருக்கும் எங்கும், எதிலும், என்றும் துயரமில்லை; தனிமனித அனைவரும் சரியில்லாத காரணத்தால் தான் இத்துயரங்கள் சமூகத்தில் நிகழ்கிறது; தனிமனிதர் அனைவரும் அனைத்திலும், சரியாக அனைத்து நேரத்திலும், இடத்திலும் இருந்தால் குற்றங்கள், தீமைகள், வறுமை இன்னும் பல என எல்லாம் இல்லாமல் போய்விடும்.

✓ எந்தப் பெற்றோரும் தங்கள் பிள்ளைகள் மது அருந்த வேண்டும், புகைப்பிடிக்க வேண்டும், கொலை செய்ய வேண்டும், திருட வேண்டும், பெண்களை மனரீதியாகவும் உடல்ரீதியாகவும் வன்புணர்ச்சி செய்ய வேண்டும், இயற்கையை அழிக்க வேண்டும், உணவில்லாமல் இறக்க வேண்டும், உணவிற்காக யாசிக்க வேண்டும்,

மற்றவருக்கு அடிபணிந்து வாழ வேண்டும், மற்றவர் தீண்டாமை சொல்லி அசிங்கப்படுத்த வேண்டும், மற்றவர் அதிகாரம் செய்து வாழ வேண்டும், பொய் வழக்கு போடப்பட்டு வாழ்வை தொலைத்து சித்திரவதை அடைய வேண்டும், பெண்களை சித்திரவதை செய்து கொடுமைப்படுத்த வேண்டும், தற்கொலை செய்ய வேண்டும், போதைப் பழக்கத்திற்கு அடிமையாக வேண்டும், தவறான வாழ்க்கை செயல்களில் சென்று அழிய வேண்டும், பிறருக்கு கெடுதல் செய்ய வேண்டும், உழைக்காமல் வாழ வேண்டும், பிறர் உழைப்பில் வாழ வேண்டும், பிறரிடம் சண்டைப்போட வேண்டும், பேராசையோடு வாழ வேண்டும், ஆணவத்தில் வாழ வேண்டும், பணத்தால் அழிய வேண்டும், அனைத்து ஒழுக்கங்களும் தவறி வாழ வேண்டும், அசிங்கமாக பேச வேண்டும், தீயதை பார்க்க வேண்டும், தீயதை செய்ய வேண்டும், பிறரை அழிக்க வேண்டும், ஏழையாக வாழ வேண்டும், பிறர் அவமானப்படுத்த வேண்டும், சுயநலமாய் வாழ வேண்டும், பிறருக்கு உதவாமல் வாழ வேண்டும், கல்வி பயிலாமல் அறியாமையாக வாழ வேண்டும், யாசிக்கும் நிலைமைக்கு வர வேண்டும், தங்களை முதியோர் இல்லத்தில் சேர்க்க வேண்டும், தீண்டாமையோடு வாழ வேண்டும், நிம்மதியே இல்லாமல் வாழ வேண்டும், சிரிக்காமல் வாழ வேண்டும், மன உளைச்சலில் வாழ வேண்டும், பதவிவெறி பிடித்து வாழ

வேண்டும், பணப் பைத்தியமாக வாழ வேண்டும், குணத்தால் இல்லாமல் பணத்தால் மற்றவரை மதிக்காமல் தாழ்ந்தவன் என்று இழிவுபடுத்தி வாழ வேண்டும், மனிதனாக இல்லாமல் மிருகமாக வாழ வேண்டும், தெளிவில்லாத முட்டாளாக வாழ வேண்டும், தவறு செய்து காவல் நிலையத்திற்கு செல்ல வேண்டும், தவறு செய்து சிறைச்சாலையில் தண்டனை அனுபவிக்க வேண்டும், நாடோடியாக திரிய வேண்டும், தங்குவதற்கு இடம் இல்லாமல் சாலையோரத்தில் உறங்க வேண்டும், உழைப்பை சுரண்டி பிறர் வாழ வேண்டும், பணம் இல்லாமல் படிக்காமல் போக வேண்டும், சிறந்த வேலைக்கு போகாமல் இருக்க வேண்டும், நோயுடன் வாழ வேண்டும், சிறுவயதில் இறக்க வேண்டும், விபத்துகளில் இறக்க வேண்டும், யாரேனும் கொலை செய்ய வேண்டும், உடலில் குறைகளோடு பிறக்க வேண்டும், ராணுவத்தில் உயிரை விட வேண்டும், விபச்சாரத்தில் ஈடுபட வேண்டும், அறைகுறை ஆடைகளில் போக வேண்டும், ஆபாசமாக நடிக்க வேண்டும், எல்லாவற்றிற்கும் மேலாக இறந்து போக வேண்டும், இன்னும் சமூகத்திற்கு வேண்டாத பல செயல்கள் அனைத்தும் செய்ய வேண்டும் என்று எந்தப் பெற்றோர்களும் நினைப்பதில்லை, அதற்காக வாழ்வதுமில்லை, வேண்டுவதுமில்லை ஆனால் சமூகத்தில் இப்படித்தான் நிகழ்கிறது, இதற்கும் மேலாக பல நடக்கிறது; பெற்றோர் தங்கள்

பிள்ளைகளுக்கு இப்படி நினைப்பதில்லை, இதை செய்வதில்லை ஆனால் மற்றவர் மற்றவர்களுக்கு இதைத்தான் செய்கிறார்கள்; சமூகத்தில் அனைவரும் எல்லோருக்கும் இப்படித்தான் செய்ய வைக்கிறார்கள், இங்குதான் அனைத்தும் சமூகத்தில் தீமையாக தொடங்குகிறது, இன்று நிகழ்ந்து கொண்டிருக்கிறது.

- ✓ சமூகத்தில் எல்லோரும் நினைப்பது ஒன்று தான் ஆனால் நடப்பது ஒன்று; நினைத்ததை செயலாக மாறும்பொழுது அதில் மற்றவர் இருந்திட நினைப்பது மாறி வேறொன்றாக மற்றவர்க்கு தீமையாக நடக்கிறது.

- ✓ உலகில் இயற்கையாக உருவான மரம், நீர், பூமி, காற்று என இவைகளே இயற்கை மீதமுள்ள அனைத்தும் செயற்கை, ஆம்!., இன்று உலகில் நிகழும் அனைத்தும் செயற்கையே!,.

- ✓ தங்கள் பிள்ளைகள், குடும்பங்கள் என்றும் நலமாக இருந்திட நினைப்பவர்கள் ஏன் சமூகத்தில் உள்ள அனைவரும் நலமாக இருக்க வேண்டும் என்று நினைப்பதில்லை, அதற்கான செயல்கள் மட்டுமே ஏன் செய்வதில்லை?,...

சமூகப் பிரச்சனைகள்

- குடிநீர் விலைக்கு வாங்குதல்
- உணவின்றி உயிர்கள் உயிரிழப்பு
- ஒரு வேலை உணவிற்காக யாசிக்கும் நிலை
- நீரின்றி அழியும் விவசாயப் பயிர்கள்
- அழிந்து வரும் விவசாய நிலை
- நிலத்தடி நீர் எடுத்தல்
- குளம், ஏரி, ஆறு அழித்தல்
- விவசாய நிலம் அழித்தல்
- மனைகளாக மாறும் விவசாய நிலம்
- சாலைகளுக்காக மரங்கள் மற்றும் விவசாய நிலம் அழிப்பு
- மரங்கள் அழிப்பதால் வரும் இயற்கைச் சீற்றம்
- மரங்கள் அழிப்பதால் மழை இல்லை

- சீமைக்கருவேல மரங்கள்
- விவசாயம் செய்யாமல் இருக்கும் பல நிலங்கள்
- தண்ணீர் பாட்டில்
- தண்ணீரை வீணாக்கும் குடிநீர் வாகனங்கள்
- சேதமடைந்த குடிநீர் குழாய்கள் மூலம் தண்ணீர் வீணாகுவது
- குளிர்சாதன பானங்கள்
- குடிநீர் பற்றாக்குறை
- சாலையோரத்தில் மரங்கள் இல்லை
- சாலையோரத்தில் மரங்கள் பராமரிப்பு இல்லை
- சமூகத்தில் அனைவருக்கும் மூன்று வேலையும் உணவு கிடைப்பதில்லை
- ஆறு, ஏரிகளில் கழிவு நீர் கலந்தல்
- மரங்கள் அழிப்பு
- இயற்கை வளங்கள் அனைத்தும் அழிப்பு
- கனிம வளங்கள் அழிப்பு
- மலைவளம் அழிப்பு
- மலைகள் அழிப்பு
- காடுகள் அழிப்பு

- விவசாயம் பற்றாக்குறை
- விவசாயி பற்றாக்குறை
- நீர் வசதியில்லா விவசாய நிலங்கள்
- விலை நிர்ணயம்
- மண்வளம் கெடுதல்
- விவசாயத்திற்கு தண்ணீர் இல்லாமை
- கெடுதலான விவசாய உரங்கள்
- ரசாயன காய்கறிகள், பழங்கள்
- பாலிஷ் செய்த அரிசி
- நெல் சேமிப்பு தளங்கள் இல்லாமல் மழையில் நனையும் நெல் மூட்டைகள்
- மழையால் பாதிக்கும் பயிர்கள்
- உணவிற்காக தினமும் யாசிப்போர்
- குடிநீரின்றி விலங்குகள், பறவைகள் மற்றும் பல உயிரினங்கள் தவிப்பு
- விலங்கு, பறவைகளுக்கு உணவின்மை
- கடல்வளம் பாதிப்பு
- குறைவான மழை அதிக வெப்பம்
- இயற்கை மாசுபடுதல்

- சாக்கடை
- பாதாள சாக்கடை
- கூவம் ஆறுகள்
- கழிவு நீர் சாலையில் தேங்குதல்
- கழிவுகளை நிலத்தில், ஆறுகளில் சேர்ப்பதால் நீர் மற்றும் மண்வளம் கெடுதல்
- மழைநீர் சேகரிக்காமை
- மனிதக் கழிவுகள் அவலம்
- ஏற்றுமதி
- இறக்குமதி
- உணவுப்பொருட்கள் இறக்குமதி
- தேவையில்லா பல பொருட்கள் இறக்குமதி, ஏற்றுமதி
- ஏர் கலப்பை குறைவு
- மாடுகளை வைத்து ஏர் உழுதல் குறைவு
- குறைவான காளை மாடுகள், பசு மாடுகள்
- மாடுகள் ஏற்றுமதி
- நாட்டு மரங்கள் குறைவு
- ஆற்று மணல் எடுத்தல்

- கல்குவாரி
- மது
- பீடி, சிகரெட்
- கஞ்சா
- ஹான்ஸ், கூலிப், பவுடர், ஊசி மற்றும் அனைத்து போதை பொருட்களும்
- இட ஒதுக்கீடு
- சாலைகளில் கால்நடைகள் அவதி
- போக்குவரத்து விதிமீறல், கடைபிடிக்காமை
- வாகன நெரிசல்
- அதிக கார், பேருந்து, லாரி, இருச்சக்கர வாகனம் இவைகளால் சாலை நெரிசல்
- சிறிய சாலை அதிக வாகனங்கள்
- நூறு கார்களில் விகிதம் எழுபது கார்களில் தனிநபர் மட்டுமே பயணம்
- இணையதள வியாபாரங்களான அமேசான், பிளிப்கார்ட், மீஷோ இன்னும் பல
- உணவு டெலிவரி
- மளிகை பொருட்கள் டெலிவரி

- பைக், கார் சவாரி
- தேவையில்லா மற்ற அனைத்து டெலிவரி வேலைகளும்
- டெலிவரி நண்பர்களின் பிரச்சனைகள், சந்திக்கும் துயரங்கள்
- குறைவான பேருந்துகள்
- பேருந்து வசதியின்மை
- பேருந்தில் மக்கள் நெரில்
- போக்குவரத்து காவலர்கள் பிடித்து வைத்திருக்கும் பயன்படாத பல வாகனங்கள்
- போக்குவரத்து காவலர்கள் பிடித்து வரும் வாகனங்கள்
- வாகனங்கள் மறு பயன்பாட்டிற்கு செல்லாமை
- காவலர்களின் லஞ்சம்
- போக்குவரத்து காவலர்கள் அபராதம் விதிப்பது
- பல துறை அதிகாரிகளின் அபராதங்கள்
- காவலர்கள் கடைகளில் வாங்கும் பொருட்களுக்கு, உணவுகளுக்கு பணம் தருவதில்லை
- பொய் வழக்கு பதிவு செய்தல்
- உண்மையான குற்றவாளியை பிடிக்காமல் வேறொருவருக்கு தண்டனை வாங்கி தருதல்

- அப்பாவி நபர்களை குற்றவாளியாக மாற்றுதல்
- கைதிகள்
- கைதிகள் மறுவாழ்வு
- சிறைச்சாலைகள்
- சிறைச்சாலை ஆடம்பர வசதிகள்
- காவல் அதிகாரிகள் தங்கள் சொந்த வேலைகளுக்காக அரசு வாகனம் மற்றும் காவலர்களை பயன்படுத்தல்
- சிறிய பதவியில் இருக்கும் அதிகாரிகளை மரியாதை இல்லாமல் நடத்தும் உயர் அதிகாரிகள்
- காவலர்களின் ஓய்வில்லா பணிகள்
- காவல் வேலை வசதியின்மை
- காவலர்கள் சாலைகளில் நீண்ட தூரம் வரை நிற்பது
- பெண் காவலர்களின் பிரச்சனைகள்
- காவலர்கள் பெண்களுக்கு தொந்தரவு தருதல்
- பெண் காவலர்களின் இரவு நேர வேலை
- போராட்டத்தில் தடியடி
- போராட்டத்தில் துப்பாக்கிச்சூடு

- அதிகாரத்திற்கு மீறிய தீமை செயல்களில் ஈடுபடுதல், துன்புறுத்துதல்
- காவலர்களின் நேர்மையின்மை, சமூக அக்கறையின்மை
- காவலர்களின் அலட்சியம்
- ஊழல்
- லஞ்சம்
- அரசுப்பணி, கல்லூரி சேர்க்கை போன்றவற்றிற்கு லஞ்சம் வாங்குதல்,கொடுத்தல்
- பல துறைகளில் பலவற்றிற்கு மக்களிடம் லஞ்சம் வாங்குதல்
- தனியார் மருத்துவமனைகள்
- அதிகம் பணம் வசூலிக்கும் தனியார் மருத்துவமனைகள்
- சிகிச்சைகளுக்கு பல லட்சம் வசூலிப்பது
- வசதியில்லா, சுத்தமில்லா, சுகாதாரமில்லா அரசு மற்றும் பல மருத்துவமனைகள்
- இலவச மருத்துவமின்மை
- பணமிருந்தால் மருத்துவ சிகிச்சைகள்
- பணமின்றி சிகிச்சை செய்யாமல் போகும் பல உயிர்கள்

- மருத்துவ வசதியின்மை
- மருந்துகள்
- மாத்திரைகள்
- மருந்து மாத்திரைகள் பயன்படுத்தல்
- மருந்து மாத்திரை விலைகள்
- மருத்துவ அதிக செலவுகள்
- மருத்துவமனைக்கு செல்லுதல்
- மருந்துக்கடைகள்
- போலி மருத்துவர்களால் ஏற்படும் பாதிப்புகள், உயிரிழப்புகள்
- சிகிச்சைகள்
- சுகப்பிரசவம் இல்லாமல் குழந்தை பிறந்தல்
- நோயை தக்க வைக்கும் பல மருந்துகள்
- சர்க்கரை நோய்
- உடலுறுப்பு பிரச்சனைகள்
- பேசாமை
- இதயப் பிரச்சனைகள்
- நுரையீரல் பிரச்சனைகள்

- கண் பார்வை பிரச்சனைகள்
- புற்றுநோய்
- சிறுநீரக குறைப்பாடு
- தைராய்டு
- ரத்த அழுத்தம்
- எச்ஐவி
- கொழுப்புகள்
- கர்பப்பை கட்டி
- தொப்பை
- உடல் எடை அதிகமாக இருத்தல்
- சுயநினைவில்லாதோர்
- மன வளர்ச்சி பாதிப்பு
- காது கேளாமை
- கை, கால்கள் இல்லாதோர்,சரியில்லாதோர்
- மாற்று திறனாளிகளின் பிரச்சனைகள்
- கூழ், களி உணவை மறத்தல்
- பழைய கஞ்சி உணவை மறத்தல்
- எச்சில் துப்புதல்

- எச்சில் சிறந்த மனிதனின் இயற்கை நோய் எதிர்ப்புச் சக்தி மருந்து என்று தெரியாமை
- அளவிற்கு மீறி உண்ணுதல்
- இரவில் மாமிச உணவை சாப்பிடுதல்
- செரிமானத்திற்கு அதிக நேரம் எடுக்கும் உணவுகளை அதிகமாக இரவில் உண்ணுதல்
- தரமில்லாத ஆரோக்கியமற்ற சாலையோர சிற்றுண்டிகள்
- பழைய எண்ணெயில் செய்த சிற்றுண்டிகள்
- கடை மாமிச உணவுகள்
- ஆரோக்கியமில்லா உணவுகள், சிற்றுண்டிகள்
- குழந்தைகளை பாதிக்கும் பல சிற்றுண்டி தின்பண்டங்கள்
- நோய் உண்டாக்கும் உணவுப் பொருட்கள்
- கடையோர எண்ணெய் உணவுகள், தின்பண்டங்கள்
- சுத்தமில்லா ஆரோக்கியமற்ற பல உணவு விடுதிகள்
- ஆரோக்கியமற்ற பல உணவு சிற்றுண்டி விடுதிகள் மற்றும் நிறுவனங்கள்
- சுத்தமில்லா கலப்படமான ரேஷன் அரிசி

- உணவு கலப்படங்கள்
- பாக்கெட் பால்
- மாமிச கடைகள்
- பாக்கெட் பழங்கள்
- பாக்கெட் காய்கறிகள்
- பிராய்லர் கோழி முட்டை
- பிராய்லர் கோழி
- கலப்பட கறிகள்
- வெள்ளைச் சர்க்கரை
- மைதா
- பழைய எண்ணெய்
- மரத்தூள் கலப்படம்
- மாவு கலப்படம்
- விலங்குகளின் கொழுப்புகள் கலப்படம்
- சாக்லேட்கள்
- இனிப்புகள்
- மசாலா பொடிகள்
- ஐஸ்கிரீம்

- கேக்
- பிஸ்கட்
- பேக்கரி சிற்றுண்டிகள்
- தேநீர்
- காப்பி
- பானிபூரி
- சமோசா
- பீட்சா
- பர்கர்
- ஹார்லிக்ஸ், பூஸ்ட், இன்னும் பல
- காரமான, சுத்தமில்லா, ஆரோக்கியமற்ற மாலை நேர உணவுப் பொருட்கள் மற்றும் சிற்றுண்டிகள்
- பதப்படுத்தப்பட்ட உணவுகள்
- பதப்படுத்தப்பட்ட இறைச்சிகள்
- பயன்படுத்தப்பட்ட பொருள்கள் மறு பயன்பாட்டிற்கு செல்லுதல்
- பதப்படுத்தப்பட்ட குளிர் பானங்கள்
- தரமற்ற பல உணவுகள்
- உடலுக்கு தீங்கு விளைவிக்கும் அதிக திண்பண்ட பொருட்கள்

- மிக்ஸி
- கிரைண்டர்
- வாஷிங் மெஷின்
- குளிர்சாதனப்பெட்டி
- குளிரூட்டி
- தொலைக்காட்சி
- தொலைபேசி
- மடிக்கணினி
- கார்
- இருச்சக்கர வாகனம் - பைக்
- டிராக்டர்
- லாரி
- வீட்டை சுத்தம் செய்யும் இயந்திரங்கள்
- தேவையில்லா மனிதனை சோம்பேறியாக்கும் பல வீட்டு பொருட்களை உபயோகிப்பது
- வேலையின்மை
- விளம்பர வேலைகள்
- தேவையில்லா பல தொழில்கள், வேலைகள்

- விளம்பரங்கள்
- வியாபாரங்கள்
- நீதிமன்றத்தில் வழக்கு போடுதல்
- முடிவு தெரியாமல் இருக்கும் பல நீதிமன்ற வழக்குகள், குற்றங்கள்
- கிடப்பில் கிடக்கும் பல நீதிமன்ற வழக்குகள்
- குழந்தை மற்றும் மற்ற ஆசிரமங்கள்
- முதியோர் இல்லம்
- ஆதரவு இல்லாதோர்
- யாசிப்போர்
- கோவில், சாலை, சிக்னல் இன்னும் பல இடங்களில் தங்க வசதி இல்லாமல் அங்கு உறங்குவோர்
- அதிகாரம், பதவிகளில் இருப்பவர்கள் பயன்படுத்தும் கார் கதவை திறப்பது
- மற்றவர்க்கு குடை பிடிப்பது
- அதிகாரிகளின் காலணிகளை எடுப்பது
- திருநங்கைக்கு பிரச்சனைகள்
- திருநங்கை பிரச்சனைகள்
- சிலிண்டர் சுமக்கும் தொழிலாளிகளின் பிரச்சனைகள்

- மீனவர் பிரச்சனைகள்
- உணவு விடுதிகளின் சாலையோரத்தில் வெயிலில் நின்று, உணவு உண்பதற்காக வாருங்கள் என்று சொல்லும் தவறான பாதுகாவலர் வேலை முறைகள்
- மற்ற தொழிலாளிகளின் பிரச்சனைகள்
- அம்மி, உரல், உலக்கை, குந்தாணி இன்னும் பல பழைய ஆரோக்கியமான பொருட்கள் பயன்படுத்தாமை அவை அழிந்து வரும் நிலை
- மிதிவண்டிகள் பயன்படுத்தாமை, ஆரோக்கியம் சேராமை
- சரியான நேரத்திற்கு உறங்க செய்யாமை
- நடு இரவில் உறங்கும் பழக்கம்
- விடியற்காலையில் தூங்கி எழாமல் இருப்பது
- பழுதான கட்டிடங்கள்
- பயன்படுத்த படாத பல வீடுகள், கட்டிடங்கள்
- பைக் மற்றும் கார் பந்தயம்
- தங்கம்
- வைரம்
- வெள்ளி

- பிளாட்டினம்
- ஆடம்பர உடைகள்
- அரைகுறை ஆடைகள்
- அதிக துணிகள்
- துணிக்கடைகள்
- ஆடைகளின் அதிக விலை
- ஆபாச உடைகள்
- துணிக்கடைகளின் பொம்மைகள்
- போஸ்டர்
- பேனர்
- கட்டவுட்
- பட்டாசு விபத்துக்கள்
- பட்டாசு தொழிற்சாலை விபத்துக்கள்
- போலி மருத்துவர்கள்
- போலி சான்றிதழ்களில் அரசு பணிகள்
- காவல் நிலையம்
- நீதிமன்றம்
- நீதிமன்ற பிரச்சனைகள்

- பாலியல் குற்றங்கள்
- திருட்டு
- கொலைகள்
- தற்கொலைகள்
- தற்கொலை செய்ய தூண்டுபவர், தூண்டும் செயல்கள்
- கூலிப்படை கொலைகள்
- அதிகார கொலைகள்
- ஆணவ கொலைகள்
- காதல் கொலைகள்
- காதல் தற்கொலைகள்
- குடும்ப தற்கொலைகள்
- சாதி மதக் கொலைகள்
- பாலியல் குற்றக் கொலைகள்
- சாதி மதம் என உருவாக்கி பிரச்சனைகளை தூண்டுதல்
- பங்குச்சந்தை
- வர்த்தகம்
- பொருளாதாரம்

- உணவு பாதுகாப்புத்துறை
- வருமான வரித்துறை
- நீதித்துறை
- காவல்துறை
- மத்திய குற்றப்பிரிவு
- அமலாக்கத்துறை
- தேர்தல்
- தேர்தல் ஆணையம்
- தேர்தல் முறைகள்
- வாக்கு இயந்திரம்
- காகிதத்தால் வாக்களிக்கும் முறையின்மை
- ராணுவம்
- ராணுவ வீரர்கள் வசதியின்மை
- ராணுவ வீரர்கள் உயிரிழப்பு
- ராணுவ துப்பாக்கிச் சூடு
- எல்லைப் பிரச்சனை
- காஷ்மீர் பிரச்சனை
- தேவையில்லா பல உயிரிழப்புகள்

- வெடிகுண்டு
- தீவிரவாதம் நாட்டை, மக்களை அழிக்கும் செயல்கள்
- அரசியல்
- அரசியல் கட்சிகள்
- சங்கங்கள்
- தேவையில்லா பல திட்டங்கள்
- என்கவுண்டர்
- பஞ்சம்
- வறுமை
- வறட்சி
- விளையாட்டுகள்
- தொலைபேசி விளையாட்டுகள்
- இணையதள விளையாட்டுகள்
- இணையதள பந்தய விளையாட்டுகள்
- பந்தய விளையாட்டுகள்
- பந்தயங்கள்
- விளையாட்டு பொருட்கள்
- விளையாட்டு பொம்மைகள்

- வீட்டு வேலைகளை செய்ய ஆட்கள் வைப்பது
- மின்சாரப் பிரச்சனை
- மின்சாரம் வீணடிப்பது
- தேவையில்லா மின் ஒலிகள், விடுதி நிகழ்ச்சிகள், தண்ணீர் தொட்டி காட்சி, குடும்ப நிகழ்ச்சிகள் என பல இடங்களில் மின்சாரம் வீணடிப்பது
- சமூகத்தில் குறைவான ஊதியம்
- விலைவாசி அதிகம்
- பெட்ரோல்
- பெட்ரோல் விலை உயர்வு
- டீசல்
- டீசல் விலை உயர்வு
- சிலிண்டர்
- சிலிண்டர் விலை உயர்வு
- அதிகமான வீட்டு வாடகைகள்
- காய்கறிகளின் விலைகள்
- மளிகைப் பொருட்கள் விலைகள்
- பள்ளிக் கட்டணம்
- கல்லூரி கட்டணம்

- வாகனங்களின் வாடகைகள்
- மார்க்கெட் நெரிசல்
- சாலையோரத்தின் கடைகளின் முன், தெருக்களில், அகல சாலைகளில் வாகனங்கள் நிறுத்தல்
- மதுவால் சாலையில் சாக்கடையில் விழுந்து கிடக்கும் அவலம்
- பள்ளிக்கல்லூரி வாகனம், பேருந்து, லாரி மற்ற அனைத்து வாகனங்களுக்கு சரியான நேரம் ஒதுக்கப்படாமை
- நிறுவனம் சார்ந்த வீட்டு வேலை, பழுது பார்க்கும் தொழில் வேலைகள்
- வெளிநாட்டு வேலைகள்
- வெளிநாட்டு கல்வி
- வெளிநாட்டு தொழில்
- குறிப்பிட்ட தூரம் விகிதம் பொது இடத்தில் கழிப்பறை இல்லாமை
- பொதுகழிப்பறை சரியில்லை
- பொதுகழிப்பறை பராமரிப்பில்லை
- பொது இடத்தில் குடிநீர் வசதியில்லை
- மெட்ரோ ரயில்

- மெட்ரோ ரயில் வேலைகளால் அதிக சாலை நெரிசல்

- முதலில் ஒரு இடத்தில் மெட்ரோ மற்றும் சாக்கடை கால்வாய் வேலைகள் தொடங்கி முடித்து அடுத்தடுத்து இடத்திற்கு செல்லாமல், நகரத்தின் அனைத்து இடத்திலும் ஒரே நேரத்தில் சாலைகளை தோண்டி, சாலை நெரிசல் உருவாக்கி, மழை காலத்தில் வேலை நின்று, பணிகள் தாமதமாகி, மக்களை தேவையில்லா, தெளிவில்லாத வேலைகளில் செயற்கையாக சித்திரவதை செய்வது, தேவையில்லா மன உளைச்சலுக்கு ஆளாக்குவது, இதுப்போன்ற வித்தியாசமான வேலைத்திட்டம் இல்லாத வேலைகள் மூலம் செயற்கையாக ஏன் மக்கள் துயரங்களை ஏற்க வேண்டும், பல இன்னல்கள் மன உளைச்சலாக மக்களுக்கு இருக்கின்ற சூழ்நிலையில் வாகனம் ஓட்டும் வழியில் மக்கள் ஏன் இதுபோன்ற துயரங்கள் அடைய வேண்டும், எதற்காக இந்த தலையெழுத்தை மக்கள் அடைய வேண்டும்

- சாலை நெரிசலில் மக்கள் அனைவரும் மன உளைச்சலான எரிச்சலில் உருவாகி சாலையில் செல்லும் நேரத்தில், மந்திரிகள் மற்றும் பல அதிகாரிகள் சுலபமாக செல்ல மற்ற அனைத்து வாகனங்களை நிறுத்தி இவர்கள் முதலில் செல்வது

- நகரத்தின் அனைத்து இடங்களிலும் சரியில்லாத குண்டும் குழியுமான சாலைகள்
- நகரத்தை நரகம் போல் மாற்றுவது
- அதிக வாகனங்கள் இயங்குவது
- சரியான நேரத்திற்கு பேருந்து இல்லை
- தங்கும் விடுதிகள்
- அடிப்படை தேவை பொருட்களை ஆடம்பர அத்தியாவசிய பொருட்களாக விற்பனை செய்யும் பல கடைகள்
- ஆடம்பர பொருட்களை ஆடம்பரமாக, அத்தியாவசியமாக விற்பது
- பல ஆடம்பர கடைகள்
- விலை அதிகமாக வைத்து விற்கப்படும் பல பொருட்கள்
- பேரங்காடி- ஷாப்பிங் மால்
- பல்பொருள் அங்காடி- சூப்பர் மார்க்கெட்
- தேவையில்லா பல பொருட்கள் விற்பனை
- தேவையில்லாத பல கடைகள்
- எலுமிச்சைப் பழம் வாகனம் அடியில் வைப்பது
- சாப்பிடும் தேங்காய் உணவை தரையில் உடைத்து வீணாக்குவது

- பூசணிக்காய் சாலையில் உடைத்து விபத்துக்கள் ஏற்படுத்துவது
- குழந்தை தொழில்
- குழந்தைகள் யாசிக்கும் நிலை
- குழந்தைகள் பள்ளி செல்லாமல் இருப்பது
- சிறுவர் சீர்திருத்த பள்ளி
- மனநலம் பாதித்த குழந்தைகள்
- கல்வி, உணவு போன்ற வசதி இல்லா குழந்தைகள்
- காப்பகங்கள்
- விபத்துக்கள்
- வாகன இண்டிக்கேட்டரால் வரும் விபத்துக்கள்
- அதிவேக கார் பைக் பயணங்களின் விபத்துக்கள்
- சிறிதும் அச்சமின்றி ஆணவத்தில் அதிவேக பயணம் செய்யும் கார் ஓட்டிகள்
- கவனக்குறைவு காரணமான விபத்துக்கள்
- கவனக்குறைவோடு சாலையில் நடந்தல், சாலையை பார்க்காமல் கடந்து செல்லுதல், ரயில் பாதைகளை கடந்து செல்லுதல்
- வாகனங்கள் வருவதை கவனிக்காமல் சாலையை கடக்கும் பொழுது நிகழும் பல விபத்துக்கள்,

அவற்றிற்கு அதிக காரணமாக இருக்கும் வயதானவர்கள் மற்றும் இருச்சக்கர வாகன ஓட்டும் பெண்கள்

- ரயில் விபத்துகள்
- ரயில் தண்டவாளங்களை சேதப்படுத்தும் செயல்கள்
- ரயிலை கவிழ்க்கும் சதிகள்
- விமான விபத்துக்கள்
- விபத்தின் உயிரிழப்புகள்
- பேருந்து, லாரி மற்றும் மற்ற வாகனங்கள் அதிவேக பயணம்
- சாலை நெரிசலில் ஆம்புலன்ஸ் முக்கியத்துவமின்மை
- சிறிய விபத்துகள் ஏற்படும் நிலையில் வாகன ஓட்டிகள் சாலையின் நடுவில் நின்று வாக்குவாதம் செய்வது, சாலை நெரிசல் உருவாக்குவது
- பண மோசடி
- நில மோசடி
- நிலம் பிரச்சனை
- நிலம் விற்பது
- நிலம் வாங்குவது

- நிலத்தின் விலைகள்
- வீடு கட்டுதல்
- வீட்டை சுற்றி சுற்றுச்சுவர் கட்டுதல்
- ஆடம்பரமான வீடு கட்டுதல்
- ஆடம்பர வாழ்க்கை
- அனாவசிய செலவுகள்
- பணத்தை வீணடிப்பது
- பணத்தை அழிப்பது
- கிளப்
- பார்
- டிஸ்கோ
- மசாஜ் மையங்கள்
- நட்சத்திர விடுதிகள்
- அதிக சொத்துக்கள்
- அதிக பணம் வைத்தல்
- ஏழைகள்
- பணக்காரர்கள்
- வரிகள் வாங்குவது

- ஜிஎஸ்டி
- சுங்கச்சாவடி
- பார்க்கிங் கட்டணங்கள்
- நுழைவு கட்டணங்கள்
- உயிரினங்கள் மற்றும் விலங்குகள் பூங்கா பராமரிப்பின்மை
- கிராமங்களில் ஆபாசப் பேச்சு கலந்த தெருக்கூத்து நாடக நிகழ்ச்சிகள்
- பாரம்பரியத்தை சீர்குலைக்கும் ஆபாச வார்த்தை காட்சி கலந்த கரகாட்டம்
- அறை குறை ஆடை, ஆபாச ஆடல் பாடல் நிகழ்ச்சிகள்
- தேவையில்லாத பல நிகழ்ச்சிகள்
- கந்துவட்டி
- கட்டப்பஞ்சாயத்து
- வட்டிக்கு பணம் கொடுத்து சம்பாதித்து பிழைத்தல்
- வட்டிக்கு பணம் வாங்குதல்
- வங்கிகள்
- வங்கிகள் அனைத்து விதமான கடன்கள் தருவது
- கிரிடிட் கார்டு

- பல சலுகைகள் என்ற ஆசை தூண்டுவது
- இலவசங்கள்
- கடன் வாங்குதல்
- தவணை முறையில் கடன் வாங்குதல்
- பைனான்ஸ் முறையில் கடன், பண்டு, சீட்டு போடுதல்
- பதவியால் சிலருக்கு அதிக ஊதியம்
- பதவிகள்
- வன்முறைகள்
- காகிதம் வீணாக்குதல்
- பச்சை குத்துதல்
- மக்கள் பயணங்கள்
- நேர்மை, சமூக அக்கறையில்லா பல அதிகாரிகள்
- சரியான சாலை வசதி இல்லாமல் எத்தனையோ கிராமங்கள், இடங்கள்
- வெகுதூரத்தில் நடந்து சென்று கல்வி பயிலும் மாணவர்கள்
- சரியான ஒத்தையடிப்பாதை வசதி கூட இல்லாமல் கல்வி கற்பதற்கு நடந்து சென்று படித்து வரும் மாணவர்கள்

- கல்வி கற்பதற்கு ஆற்றில் நடந்து செல்லும் மாணவர்கள்
- கல்வி கற்பதற்கு ஆற்றை கடக்க முடியாமல், பாலம் வசதியில்லாமல் பெரிய ஆபத்தான மரக்கட்டையின் மேல் நடந்து செல்லும் மாணவர்கள்
- சரியான மின்சார வசதி இல்லாமல் எத்தனையோ வீடுகள், சாலைகள்
- வீடு வசதியில்லாமல் சாக்கடையின் முன் வாழும் மக்கள்
- தங்க வீடின்றி குடும்பமாக சுற்றும் நாடோடி மக்கள்
- ஆடம்பர வசதியில் இருக்கும் பணக்காரர் ஒருவரின், அவர் வீட்டின் ஒரு கழிப்பறை அளவு இடம் கூட இல்லாத பல கோடி மக்களின் வீடுகள்
- தங்க வீடு வசதியில்லா பல மனித உயிர்கள்
- இறந்த பின் உடலை வாகனம் வசதியில்லாமல் நடந்தே எடுத்துச் செல்லும் அவலங்கள்
- அவசர சிகிச்சைக்காக மருத்துவமனைக்கு செல்ல வாகன வசதியில்லாமல் நடந்தே எடுத்துச் செல்லும் அவலங்கள்
- மருத்துவ வசதியில்லா கிராமங்கள்

- முதலுதவி, அவசரச் சிகிச்சைகள் கூட இல்லாத பல கிராமங்கள்
- அவசர சிகிச்சைக்காக மருத்துவமனைக்கு கூட செல்ல வாகனம், ஆம்புலன்ஸ் இல்லா பல கிராமங்கள்
- மூன்று நேரத்திலும் உணவு இல்லாமல், கிடைக்காமல் உயிர் போகும் பல உயிர்கள்
- கல்வி கற்க வசதியில்லா பல குழந்தைகள்
- மக்களாட்சி முறையில் மக்களுக்கு விருப்பமில்லா பல சமூக செயல்கள், திட்டங்கள்
- சொகுசு வாழ்க்கை
- உழைக்காமல் பிறர் பணத்தில் வாழ்தல்
- அதிகாரம் செய்தல்
- ஆபாச இணையதளங்கள்
- செயலிகளில் பெண்களின் ஆபாச புகைப்படங்கள்
- இணையதளத்தில் ஆண்கள் பெண்கள் என அனைவரும் பார்க்கும் சமூக சீர்கேடு செயல்கள், பேச்சுக்கள் காட்சிகள்
- அனைத்து இணையதள தொழில்களும்
- இணையதள வியாபாரங்கள்

- இன்றைய மற்றும் வருங்கால தலைமுறையை தீய வழியில் செல்ல தூண்டும் சமூகத்தின் அனைத்து செயல்களும்
- இறைச்சிகளின் கழிவுகள்
- பிளாஸ்டிக் பொருட்கள்
- குப்பை கிடங்கு மேடுகள்
- பூமியில், சாலைகளில் அதிக குப்பைகள்
- அனைத்து இடங்களிலும் பிளாஸ்டிக் குப்பைகள்
- சாலையில் சாக்கடை நீர்
- சாக்கடையில் பிளாஸ்டிக் குப்பைகள்
- கிணற்றில் பிளாஸ்டிக் குப்பைகள்
- குட்டைகளில் பிளாஸ்டிக் குப்பைகள்
- குளத்தில் பிளாஸ்டிக் குப்பைகள்
- ஆற்றில் பிளாஸ்டிக் குப்பைகள்
- ஏரியில் பிளாஸ்டிக் குப்பைகள்
- கடலில் பிளாஸ்டிக் குப்பைகள்
- வீட்டை சுற்றி பிளாஸ்டிக் குப்பைகள்
- கடலில் சாக்கடை நீர் கலந்தல்
- ஏரியில் சாக்கடை நீர் கலந்தல்

- ஆற்றில் சாக்கடை நீர் கலந்தல்
- குளத்தில் சாக்கடை நீர் கலந்தல்
- தொழிற்சாலைகளின் ரசாயன கழிவுகள் ஏரியில், கடலில், ஆற்றில் கலந்தல்
- சமூகத்தில் செல்லும் பல இடங்களில் குப்பைகளும், குப்பை போடும் மனித உயிர்களும்
- தேவையில்லா பல பிளாஸ்டிக் உற்பத்தி பொருட்கள்
- பிளாஸ்டிக் உற்பத்தி தடுக்காமை
- விழாக்களில் ஆடம்பரமாக அதிக செலவில் டெக்கரேஷன்- அலங்காரம் செய்தல்
- குண்டூசிகள்
- தெர்மாகோல்
- பிளாஸ்டிக் இலை
- அதிக அளவில் சிறிய பிளாஸ்டிக் பாட்டில்கள்
- பரிசு கவர்
- சாக்லேட் கவர்
- பிளாஸ்டிக் கவர்
- பிளாஸ்டிக் பொருட்கள் மறுசுழற்சிக்கு பயன்படுத்தாமை

- திடக்கழிவு மேலாண்மை இல்லாமை
- தலைக்கவசம் வியாபாரம்
- கொசு
- டெங்கு
- கொசு அழிக்கும் பொருட்கள் வியாபாரம்
- பல ஆடம்பர நிகழ்ச்சிகள், விழாக்கள்
- திருமணம் செய்தல்
- திருமணம் உட்பட பல சமூக நிகழ்ச்சிகள், விழாக்களில் உணவுகள் வீணாகுதல்
- வாழ்விற்கு தேவையான தொழில்கள், வேலைகள் மட்டும் சமூகத்தில் இல்லாமை
- தமிழக கடைகள், கல்வி நிறுவனங்கள், தொழிற் நிறுவனங்கள் என பலவற்றின் பெயர் பலகைகளில் தமிழ் பெயர் இல்லாமை
- தமிழக கடைகளின் பெயர் பலகையில் முகவரி இல்லாமை
- தமிழ்நாட்டின் சாலையின் மையில் கல்லில் தமிழ் மொழி இல்லாமை
- பல இடங்களில் தமிழ் மொழி, தமிழில் பெயர்கள் முக்கியத்துவமில்லாமை
- தமிழ் மொழியின் முக்கியத்துவம் அறியாமை

- தமிழ் மொழி தெரியாதவரிடம் ஆங்கில மொழி பேசாமல் அனைவரிடம் அனைத்து நேரங்களிலும் ஆங்கில மொழி பேசுவது

- ஆங்கில மொழியை மொழி என்று நினைக்காமல் அறிவென்று நினைத்தல், பெருமை என்று நினைத்தல், உயர்ந்தவன் என்று நினைத்தல், தாய்மொழி மறத்தல், மதிக்காமல் வாழ்தல்

- தலைநகரத்தில் மட்டுமே அனைத்து வசதியான வேலைவாய்ப்புகள் மற்றும் பல அமைந்திருத்தல்

- வியாபாரத்திற்காக மட்டும் பல பொருட்கள் விற்பது

- விலை உயர்வு இருந்தும் பொருளின் அளவு குறைவு

- நெல் மூட்டையின் குறைந்த விலைகள்

- விவசாயிகளுக்கு தேவையான வசதியின்மை

- விவசாயிகளுக்கு இலவச மின்சாரமின்மை

- கல்விக்கடன்

- விவசாயக்கடன்

- அடுக்குமாடி கட்டிடங்கள், குடியிருப்புகள்

- ஆடம்பர சொகுசு கட்டிடங்கள்

- அதிக கட்டிடங்கள்

- அடர்த்தியான வீடுகள், கட்டிடங்கள்
- குறைவான உடல் ரீதியான விளையாட்டுக்கள்
- உணவுகளின் அதிக விலை
- அதிக விலையில் விற்கப்படும் பல பொருட்கள்
- உணவு விடுதிகள்
- கெட்டுப்போகும் உணவுகள்
- கலாச்சாரம், பாரம்பரியம் சீர்குலையும் அனைத்து செயல்களும்
- கருப்பு பணம்
- வங்கி மோசடி
- தாய்மண் இளைஞர்களுக்கு வேலை வாய்ப்பு குறைவு
- வேலைகளுக்காக பிற மாநில இளைஞர்கள் மற்ற மாநிலத்திற்கு அதிகம் வருதல்
- பிற மாநில இளைஞர்களின் தாய் மண்ணில் வேலையின்மை
- விவசாய நிலம் ஆக்கிரமிப்பு
- மீத்தேன்
- நிலக்கரிச் சுரங்கம்

- செம்பு ஆலைகள்
- கூடங்குளம்
- அனல் மின் நிலையம்
- மேகதாது
- காவேரி பிரச்சனை
- முல்லைப் பெரியாறு
- ஹைட்ரோ கார்பன்
- திருட்டு, கொலை, பாலியல் குற்றம், வன்முறை, அடிதடி போன்ற செயல்கள் செய்பவர்கள்
- மின்சாரக் கட்டணம்
- பேருந்து கட்டணம்
- ரயில் கட்டணம்
- விமானக் கட்டணம்
- கடல் படையினர் பிரச்சனைகள்
- சமூகத்தின் பல பிரச்சனைகள் அதை மக்கள் எதிர்த்தால் திசை திருப்ப மற்றொரு பெரிய செயல்கள்
- லாட்டரி சீட்
- வாக்களிக்க பணம் வாங்குதல்

- பணத்திற்காக பல கூட்டங்களுக்கு போகுதல்
- நியாய விலை கடைகள்
- கச்சா எண்ணெய்
- சிலை வைத்தல்
- தேவையில்லா பல சிலைகள் செய்தல்
- சின்னங்கள்
- இலவச பொருட்கள்
- இலவச பணம்
- லாரி ஓட்டுநர் பிரச்சனைகள்
- பேருந்து ஓட்டுநர்களின் பிரச்சனைகள்
- ஆட்டோ ஓட்டுநர்களின் பிரச்சனைகள்
- மற்ற வாகனங்களின் ஓட்டுநர் பிரச்சனைகள்
- ரியல் எஸ்டேட்
- மின்வேலி அமைத்தல்
- ஆராய்ச்சி மையங்கள், நிறுவனங்கள்
- குழந்தைகள் கடத்தல்
- பெண்கள் கடத்தல்
- பரிசு கொடுத்தல்

- விருதுகள்
- புகழ்ந்தல்
- மாலை மரியாதை, பூங்கொத்து தருதல்
- ஆன்லைன் சூதாட்டம்
- ஆன்லைன் சூதாட்ட தற்கொலைகள்
- நாடோடி மக்கள்
- நாடோடி மக்களின் வீடு, கல்வி, வேலை பல வசதியில்லா வாழ்க்கை துயரங்கள்
- மாநகராட்சி, நகராட்சி, பேரூராட்சி, பஞ்சாயத்து வரிகள்
- சிபாரிசு
- கிணறுகள் மூடல்
- தண்ணீர் வீணாக்குதல்
- ஜிம் - உடற்பயிற்சி இடங்கள்
- அழகு நிலையம்
- காப்பீடுகள்
- ஊக்கத்தொகை
- உதவித்தொகை
- மருத்துவக் கழிவுகள்

- மின்னணு குப்பைகள்
- பலூன்கள்
- அழகு சாதனப் பொருட்கள்
- சாலைகளில் மண் மண்டலம்
- உணவுகள் அனைத்தும் பிளாஸ்டிக் கவரில் பார்சல் செய்தல்
- படிக்கட்டில் பயணம்
- தொலைபேசி சிக்னல் சிக்கல்
- ரீசார்ஜ் அதிக கட்டணங்கள்
- கடைகளின் வெளியே மின் அலங்காரம்
- தெருக்களில் குப்பைத்தொட்டிகள் இல்லாமை
- சாலைகளில், அரசாங்க பேருந்தில், பாலம், சுவர்களில் தேவையில்லா பல விளம்பரங்கள்
- குளிரூட்டி பயன்படுத்தல்
- போராட்டங்கள்
- சாலை மறியல்
- உண்ணாவிரதம்
- சட்டங்கள் சீர்குலைமை
- தண்டனைகள் தவறுதல்

- தவறுகள் அதிகரித்தல்
- தவறு செய்பவர்களின் வாழ்க்கை அழிதல்
- குற்றங்கள், குற்றம் செய்பவர்கள் அதிகரித்தல்
- நீதித்துறை, காவல்துறை கண்டு கொள்ளாமை
- குற்றம் செய்பவர்களை நல்வழிப்படுத்தாமை
- வக்கீல்கள்
- நீதிபதிகள்
- தூய்மை பணியாளர்களின் பிரச்சனைகள்
- பயணியர் நிழற்கூடம் இல்லா பல பேருந்து நிறுத்த இடங்கள்
- மரத்தினால் செய்யப்படும் பல தேவையில்லா பொருட்கள் மற்றும் வீடு கட்ட உபயோகிக்கும் பொருட்கள்
- வீட்டின் அலங்காரத்திற்காக பயன்படுத்தப்படும் மரக்கட்டைகள் மற்றும் பல பொருட்கள்
- பேன்சி ஸ்டோர் பொருட்கள்
- தேவையில்லாத பல ஒட்டும் மற்றும் வாகன ஸ்டிக்கர்கள்
- வாகனங்களில் அரசு பணி சார்ந்த சின்னங்கள் ஒட்டுதல்

- ஏடிஎம்
- காலனி - ஷூ, டைஸ் பயன்படுத்துவது
- சிலைகள்
- அரசாங்க வேலை
- அரசாங்க தேர்வுகள்
- பால் வீணடிப்பது, தரையில் ஊற்றுவது
- பாதுகாவலர்கள் பிரச்சனைகள்
- வன்முறைகள்
- கத்திகள்
- அடிதடி
- சண்டை
- துப்பாக்கிகள்
- இரவில் வாகனங்கள் இயங்குதல்
- இரவில் பேருந்து இயங்குதல்
- வீடு வீடாக சென்று தொழில் செய்யும் இருசக்கர மற்றும் நான்கு சக்கர வாகன தொழிலாளிகள்
- லிஃப்ட் - தானியங்கி இயந்திரங்கள்
- விவாதங்கள் நிகழ்ச்சிகள்

- ராக்கெட்
- விண்வெளி ஆராய்ச்சி மையங்கள்
- ஆதார் அட்டை
- பான் அட்டை
- ரேஷன் அட்டை
- விபத்து நடந்தால் வேடிக்கை பார்ப்பது
- விபத்து நடந்தால் உதவாமல் வீடியோ எடுப்பது
- கரண்டியால் உண்பது
- தேநீர், சிற்றுண்டி இன்னும் பல கடைகளில் சிறிய அளவில் இருக்கும் குடிநீர் குழாய் பிளாஸ்டிக் வடிவ கேன்கள்
- பிரதமர்கள்
- அதிபர்கள்
- தொழிலதிபர்கள்
- மந்திரிகள்
- போரில் துப்பாக்கிச் சூடு
- போர்கள்
- போரினால் உயிர் போகுதல்
- சிம் நெட்வொர்க் கோபுரங்கள்

- மின்சார பரிமாற்றும் பெரிய கோபுரங்கள்
- சிட்டுக்குருவி மற்ற பல பறவைகள் அழிந்து வரும் நிலை
- சாலை ஆக்கிரமிப்பு வீடுகள், கட்டிடங்கள்
- சாலைகளில் வீட்டின் படிக்கட்டுகள்
- குழந்தையை சுமக்க முடியாமல் கயிறோடு கட்டி உடலில் தொங்க விடுதல்
- சிறு வண்டியில் குழந்தைகளை அழைத்து செல்லுதல்
- வீட்டு வேலைகள் செய்வதற்கு பதிலாக உடற்பயிற்சி செய்வது
- பாதி வழியில் செல்லும் பொழுது குளறுபடியால் சாலையில் திடீரென நிற்கும் பேருந்துகள் மற்ற வாகனங்கள்
- கட்டிட தொழிலாளி பிரச்சனைகள்
- இரும்பு சுமக்கும் தொழில் செய்யும் தொழிலாளி பிரச்சனைகள்
- பெட்ரோல் பங்க்
- பெட்ரோல் பங்க் தொழிலாளி பிரச்சனைகள்
- சாலையோரத்தில் பாதுகாப்பில்லாமல் ஆபத்தில் இருக்கும் மின் கம்பிகள்

- சிக்னல்கள்
- பாலங்கள்
- இயந்திரம் போல் வாழும் மனிதர்கள்
- வெப்பத்தால் மரம் வைக்க நினைக்காமல் குளிரூட்டி வாங்குவது
- கடைகள், வீட்டிற்கு முன் மரம் வளர்க்காமல் இருப்பது
- மரங்களை ஆபத்தென பல செயல்களுக்கு வெட்டுவது
- மரங்கள் வீட்டிற்கு பிரச்சனை என நினைத்து வெட்டுவது
- சுயநலமாய் வாழ்வது
- பெண்களை கேலி செய்வது, வம்புகள் செய்வது தவறாக சித்தரித்து சண்டையிடுவது காயப்படுத்துவது
- பள்ளிப்பருவ சிறுவயது காலத்தில் அன்பு நட்பு தவிர வேறு எதுவும் தெரியாமல் சேர்ந்து படித்து வளர்ந்து வாழத் தொடங்கி குறிப்பிட்ட வயது தெளிவு வந்ததும் தீண்டாமை, சாதி, ஏழை, பணக்காரன் என்று சொல்லி நட்புகளும் விலகும் அவலங்கள்
- யானைத் தந்தம்

- கடத்தல் பொருட்கள்
- காட்டு விலங்குகளை அழித்தல்
- பார்க் பூங்காக்கள்
- சுற்றுலாத் தலங்கள்
- காய்கறி, பழங்களை தோலுரித்து துண்டுகளாக பாக்கெட்டில் விற்பனை செய்வது
- மளிகை கடைகளுக்கு செல்லாமல் வீட்டிலிருந்தே பொருட்களை வாங்கும் அவலங்கள்
- வீட்டில் சமைக்க சங்கடம் அதனால் உணவு விடுதிக்கு செல்லுதல், உணவு விடுதிக்கு செல்ல சங்கடம் அதனால் உணவை வீட்டிற்கு வர வைத்தல், வருங்காலத்தில் உணவை உண்ணுவதற்கு சங்கடம் அதனால் ஊட்டி விடுவதற்கு ஆட்கள் வைத்தல்
- குண்டும் குழியுமான சாலைகள், தரம் இல்லா சாலைகள்
- பிறந்தநாள் கொண்டாட்டங்கள்
- சமூகத்தில் பாதி நபர்களுக்கு மட்டுமே ஞாயிறு மற்றும் பண்டிகை நாட்களில் விடுமுறை, மற்றவர்கள் விடுமுறை இல்லாமல் உழைப்பது
- தேவையில்லாமல் தொலைபேசிக்கு வரும் பல நிறுவன அழைப்புகள்

- தொலைபேசி பேசிக்கொண்டு வாகனம் ஓட்டுதல்
- வீதி வீதியாக நடந்து சென்று பொருட்களை விற்பனை செய்யும் இளைஞர்கள்
- விதை நெல் அழிந்து வரும் நிலை
- நிலத்தடியில் கேபிள் கம்பிகள்
- நிலத்தடியில் தேவையில்லா பல ராட்சத பைப்கள்
- நிலங்களை அழிக்கும் தூர்வாரும் அனைத்து செயல்களும்
- கார்களில் அனைத்து பக்கமும் கருப்பு கண்ணாடி பயன்படுத்தல்
- இரவு நேர கடைகள்
- இரவு நேர தொழில்கள்
- இரவு நேர தொழிற்சாலைகள்
- இரவு நேர நிறுவனங்கள்
- செயலிகளின் தொழில்கள்
- செயலிகள் மூலமாக பணம் ஈட்டுவது
- மக்களின் கண்களை பணங்கள் மறைத்தல்
- சாலைகளில் பல கடைகள், தொழிலின் வேலைகள் செய்தல்

- கோவில் திருவிழாக்கள் மற்ற நிகழ்ச்சிகள் வந்தால் சாலை வாகனங்களை மாற்று வழியில் அனுப்புதல்
- மூன்று உணவு நேரங்களிலும் சரியான நேரத்திற்கு உணவு உண்ணாமை
- இரங்கல் வாகனம்
- குழாய் முறைகளில் தண்ணீர் பயன்படுத்துவது
- வீட்டின் தண்ணீர் குழாய்கள்
- வீட்டின் தண்ணீர் குழாய்கள் மூலம் அதிக தண்ணீரை வீணாக்குதல்
- மழைக்கால சமூகப் பிரச்சனைகள்
- கோடைக்கால சமூகப் பிரச்சனைகள்
- மழைக்கால வெள்ளம்
- இயற்கை சீற்றங்கள்
- மழைநீர் வீடுகளில் தேங்கும் அவலம்
- நெருக்கடி வீடுகள்
- மழைநீர் செல்ல முடியாமல் தடுக்கும் வீடுகள், கட்டிடங்கள்
- அதிக அளவில் பேனர்கள், வீண் செலவில் பேனர்கள்

- வீண் செலவு செய்பவர்கள்
- அதிக விலையில் உணவை வாங்குதல்
- அதிக விலையில் தொலைபேசி, பைக், கார், ஆடைகள், தொலைக்காட்சி என பல பொருட்களை வாங்குதல்
- ஷேர் ஆட்டோ
- விபத்தை உருவாக்கும் சமமான தார் சாலையின் மேல் அல்லது ஆழமாக இருக்கும் சாக்கடை மூடிகள்
- தரமில்லாத சாலைகள் அமைப்பது
- மண் நிலத்திற்கு சமமாக சிமெண்ட் மற்றும் தார் சாலை அமைப்பது
- நிவாரணங்கள்
- ஆழ்துளை கிணறுகள்
- வழுக்கும் தன்மை கொண்ட தரை கற்கள்
- தண்ணீர் ஊற்றினால் வழுக்கும் தரைகளை போடப்பட்டிருக்கும் மருத்துவமனைகள், வீடுகள், அலுவலகங்கள்
- இருச்சக்கர வாகனத்தின் செல்ஃப் ஸ்டார்ட் முறை
- உறவினர்கள், சொந்தங்கள்

- பிள்ளைகள் பெற்றோரை மதிக்காமல் இருத்தல், ஆசிரியரை மதிக்காமல் இருத்தல்
- பிள்ளைகளை புரிந்து கொள்ளாமல் முடிவெடுக்கும், வாழும் பெற்றோர்
- பெற்றோர், ஆசிரியர் மேல் பயமில்லாமல் இருப்பது
- சனிக்கிழமையிலும் பள்ளி, கல்லூரி, நிறுவனம், அரசு அலுவலகங்கள் இயங்குவது
- சரியில்லாத பாடத்திட்டங்கள்
- அதிக தேர்வுகள்
- பொதுத்தேர்வு
- அதிக வகுப்பு நேரங்கள்
- சீரான தோற்றமில்லா மாணவ மாணவிகள்
- ஒழுக்க நெறிமுறை தவறுதல்
- தனியார் பள்ளிக்கல்லூரிகள்
- சிறிய வயதில் குழந்தைகளை பள்ளிகளில் சேர்ப்பது
- அதிக பள்ளிக்கல்லூரி கட்டணம்
- தேவையில்லாத பல கட்டணம்
- பள்ளிக்கல்லூரிகளில் இருந்து பிள்ளைகளை அழைத்து சென்று வரும் பெற்றோர்

- சரியான கல்வி சேராமை
- வீட்டிலும் பாடம் படித்தல், எழுதுதல்
- குறைவான விளையாட்டு நேரம்
- விடைத்தாள் மறு மதிப்பீடு முறை
- குறைந்த மதிப்பெண் மற்றும் தேர்வில் தேர்ச்சியின்மையால் தற்கொலை செய்வது
- நீட் தேர்வு மற்றும் மற்ற தேர்வுகள்
- நுழைவுத்தேர்வு
- நீட் தற்கொலை
- சாதி சான்றிதழ்
- மொழிப் பிரச்சனை
- தாய்மொழி மறத்தல்
- தாய் மண்ணில் பிறந்தே தமிழ் மொழியை அரைகுறையாக தெரிந்து வைத்திருக்கும் இந்த தலைமுறை
- கல்லூரி சீருடைகள் இல்லாமை
- விடுதிகள்
- பள்ளி கல்லூரிகளில் மாணவர்கள் தவறு செய்தால் ஆசிரியர்கள் கண்டு கொள்ளாமை

- பள்ளிகளில் ஆங்கிலத்தில் மட்டுமே பேசவேண்டும் என்ற தவறான முறை
- இலவசக் கல்வியின்மை
- மாணவ மாணவிகளுக்கு பேருந்து வசதியின்மை
- பாதி நாள் மட்டும் வகுப்புகள் நடப்பது
- பள்ளிக்கல்லூரி கட்டணம் செலுத்தவில்லை என்றால் வகுப்பறை உள்ளே அனுமதிக்காமல் இருப்பது, தேர்வு எழுத விடாமல் செய்வது
- கடுமையாக மாணவர்களை அடிக்கும் சில ஆசிரியர்கள்
- கழிப்பறை வசதியின்மை
- குடிநீர் வசதியின்மை
- அரசு விடுமுறைகள்
- தவறான ஆசிரியர்கள்
- தீமையில் மாண மாணவிகள்
- பாகுபாடு, வேறுபாடு
- ஒற்றுமை இல்லாமை
- பள்ளிக்கல்லூரி மாணவர்கள் மோதல்
- பெண்கள் கல்லூரிகளில் ரகளை செய்யும் மாணவர்கள், மற்ற இளைஞர்கள்

- சிறந்த அறம், குணம் தெரியாமை
- டியூஷன் செல்வது
- தேவையில்லா கட்டண பயிற்சி மையங்கள், வகுப்புகள்
- மாணவர்களின் விருப்பமின்றி பெற்றோரின் கட்டாயத்திற்கு படிக்கும் படிப்புகள், வேலைகள்
- மாணவர்களின் விருப்பம் அறியாமல் தனக்கு பிடித்ததை செய்யும் பெற்றோர்கள்
- வகுப்புகளுக்கு தொலைபேசி கொண்டு வருதல்
- வகுப்பு நேரங்களில் தொலைபேசி பயன்படுத்தல், செயலிகளுக்காக ஆடுதல் போன்றவற்ற செயலில் ஈடுபடுதல்
- இளம் தலைமுறையை அழிக்கும் தொலைபேசி, சினிமா, செயலிகள் அதை தடுக்காமல் காலம் மாறியது என்று சிந்திக்காமல் இருக்கும் பெற்றோர்கள்
- ஸ்மார்ட் வகுப்புகள்
- உணவு நேரம்
- பள்ளிகளில் குழந்தைகளை சேர்க்க பெற்றோர் படித்திருக்க வேண்டும் என்பது
- மனப்பாட முறை

- வீட்டு பாடமாக பல செய்முறைகள், எழுதுதல் தருவது
- பொது அறிவு, சமூக சிந்தனை இல்லாத கல்வி
- கல்லூரி நேரம்
- உதவித்தொகை
- தேவையில்லாத பல பள்ளிக்கல்லூரி நிகழ்ச்சிகள்
- பள்ளிக்கல்லூரி விழாக்களில் முக்கிய நபர் என்று யாரேனும் ஒருவரை அழைப்பது
- மாணவர்கள் பேருந்தில் ரகளை, அடிதடி, பாட்டு போன்ற அவலங்களில் ஈடுபடுதல்
- பள்ளிக்கல்லூரி பேருந்துகளில் சினிமா பாடல் மற்றும் தவறான சினிமா பாடல் போடுவது
- தேர்ச்சி
- தேர்ச்சியின்மை
- தங்கப்பதக்கம்
- மாணவர்களின் திறமையை பார்க்காமல் ஞாபகத்திறனை சோதிக்கும் முறையான கல்வி
- வாழ்க்கைத் தொழிலுக்கு நிகரில்லா கல்விப் பாடம்
- தொழிற்சார்ந்த கல்வியின்மை

- தேவையில்லா துறைப் படிப்புகள், அதன் தொழில்கள்
- மாணவர்களின் சிந்தனை தூண்டும் வகையான கல்வியின்மை
- தனியார் நிறுவனங்கள்
- தனியார் மயமாக்கல்
- இரவு நேர வேலை
- இரவு நேர வேலையின் உடல் பாதிப்புகள்
- சரியில்லாத வேலை நேரங்கள்
- யூனியன்
- பல வேலைகளை ஒருவர் மேல் திணிப்பது
- வளரவிடாமல் செய்வது
- வளரவிடாமல் செய்வதற்கு எதையும் கற்றுதராமல் இருப்பது
- வேலைகளை, புதிய முயற்சிகளை தடுப்பது
- முதலாளிகளுக்கு உழைக்காமல் அடிப்பணிந்து சுற்றுபவர்கள் நேர்மையானவர்களை, உழைப்பவர்களை குறை சொல்வது
- வேலை நேரத்திற்கு இரண்டு நிமிடம் தாமதமாக வந்தால் பாதி நாள் ஊதியம் பிடிப்பது, அதே

இரண்டு மணி நேரம் அதிகமாக வேலை பார்த்தால் அதற்கான ஊதியம் தராமல் இருப்பது

- வேலை நேரம் முடிந்தாலும் இன்னும் வேலை இருக்கிறது வீட்டிற்கு செல்ல வேண்டாம் என்ற மனநிலையில் வைத்திருப்பது அதற்கேற்றாற்போல் அதிக வேலைகளை தருவது
- தொழிலாளிகளை மதிக்காமல் இருப்பது
- தேவையில்லா பல நிறுவனங்கள், தொழில்கள்
- பெண்களுக்கு இரவு நேர வேலை
- பல நிறுவன வேலை நேரங்களில் தவறான சினிமா பாடல்களும் போடுதல்
- சமமில்லா ஊதியம்
- பதவிகள்
- பதவியாசையால் எதையும் செய்வது, தக்கவைக்க மற்றவர்களின் வாழ்வை அழிப்பது
- அதிக ஊதியம்
- குறைவான ஊதியம்
- மன உளைச்சலான வேலைகள்
- மன உளைச்சலிலே எந்நேரமும் வைத்திருப்பது
- தவறு செய்ய வைப்பது

- ஓய்வில்லா வேலைகள்
- பன்னாட்டு நிறுவனங்கள்
- தகவல் தொழில்நுட்ப நிறுவனங்கள்
- பாதுகாவலர்கள் பிரச்சனைகள்
- தொழிலாளிகளின் உழைப்பை சுரண்டுதல்
- தொழிலாளிகளின் வசதியின்மை
- நிறுவனங்களின் துறையில் நன்கு விளங்குவது, அறிவாக தோன்றுவது, அதை வளர்க்கும் எண்ணம் இல்லாமல் இருப்பது
- குறைவான ஆட்களை வைத்து அதிகம் வேலை வாங்குவது, குறைவான ஊதியமும் அளிப்பது
- தொழிற்சாலைகளால் பாதித்த, உயிரிழந்த பல தொழிலாளிகள்
- உடல்நலம், சமூகத்தை பாதிக்கும் ரசாயன தொழிற்சாலைகள்
- இயற்கையை, நிலத்தை, நீரை பாதிக்கும் பல தொழிற்சாலைகள்
- தொழிலாளிகளின் பல பிரச்சனைகள்
- குழந்தைத் திருமணம்
- விருப்பமில்லா கட்டாயத் திருமணம்

- மருமகள் கொடுமைகள்
- மாமியார் கொடுமைகள்
- கணவன் கொடுமைகள்
- மனைவி கொடுமைகள்
- வரதட்சணை கொடுமைகள்
- மனைவியை துன்புறுத்தல்
- விவாகரத்து
- மனைவியை அடிப்பது, சித்திரவதை செய்தல்
- அப்பா, அம்மா, கணவர் என எவரும் இல்லாமல் சிரமப்படும் பல பெண்கள்
- தனி ஒருவராக பிள்ளைகளை வளர்ப்பதற்கு சிரமப்படும் பல பெண்கள்
- சமூகத்தில் பெண் கொடுமைகள்
- பெண்களுக்கு வன்புணர்ச்சி தொந்தரவு தருதல்
- அரைகுறை, ஆபாச உடை அணிதல்
- பெண்களின் தவறான பாதைகள்
- பெண்களை தவறு செய்ய வைக்கும் சூழ்நிலைகள்
- ஏமாறும் பெண்கள்
- ஏமாற்றும் பெண்கள்

- தவறு பாதையான மது, மாது, சூது, போதை பழக்கங்கள்
- மது, மாது, சூது என அனைத்திலும் இருபாலினத்தினரும் பிற பாலினத்தினரும் அடிமையாகி சீர்குலைதல்
- போதை பொருட்களுக்கு அடிமை
- கள்ளக்காதல்
- உண்மையில்லா பழக்க வழக்கங்களை நம்பி ஏமாறுதல்
- திருமணத்திற்கு முன் தவறான பாதையில் சென்று ஏமாறுதல்
- உண்மையில்லா காதலர்கள்
- தவறான பழக்கங்கள்
- பெண் கொலைகள்
- ஆண் கொலைகள்
- காதல் எதிர்ப்பு
- நாடக காதல்
- இல்லற பிரச்சனைகள்
- குடும்ப பிரச்சனைகள்
- கணவன் மனைவி பிரச்சனைகள்

- மனைவியை கொடுமை படுத்தும் கணவர்கள்
- காதல் துரோகம்
- இல்லற துரோகம்
- நட்பின் துரோகம்
- ஒருவனுக்கொருத்தி இல்லாமை
- பெண்கள் வன்கொடுமை
- பெண்கள் சந்திக்கும் பல சமூகப் பிரச்சனைகள்
- ஆண் பெண் என இருவரால் சமூகத்தில் உண்டாகும் பல பிரச்சனைகள்
- நாப்கின் கேன்சர்
- பெண்களின் பணிகள் பிரச்சனை
- பெண்களுக்கு மாத விடுமுறை இல்லாமை
- விபச்சாரம்
- லாட்ஜ்
- நிம்மதியில்லாமல் ஓடிக்கொண்டு உழைக்கும் பல ஆண்கள்
- ஆண்களின் பல சமூகப் பிரச்சனைகள்
- மற்றவர்களிடம் புகைப்படம் எடுத்தல்
- சினிமா

- சினிமாத்துறை
- நடிகர்கள்
- நடிகைகள்
- அதிக படங்கள்
- டிக்கெட் விலை
- தின்பண்டங்களின் விலை
- செயலிகள்
- தேவையில்லாத சமூகத்தை சீரழிக்கும் பல செயலிகள்
- தரமில்லா சமூகத்தை சீரழிக்கும் பல படங்கள்
- வன்முறை
- வன்மம் உண்டாக்கும் படங்கள்
- மதுக்காட்சி
- புகைப்பிடித்தல் காட்சி
- ஆபாச வார்த்தை காட்சி
- ஆபாச காட்சி
- சமூகத்தில் நிகழ்ந்த, நிகழும் பல பிரச்சனைகளுக்கு முக்கிய காரணமான தொலைபேசி மற்றும் சினிமா

- வருங்கால மற்றும் நிகழ்கால தலைமுறையை சீரழிக்கும் சினிமா மற்றும் தொலைபேசி
- சமூகத்தில் பல பிரச்சனைகள், அழிவுகள் நடக்க காரணமாக இருக்கும் சினிமா, ஊடகங்கள்
- சண்டைக்காட்சிகள்
- தீய வழியில் கொண்டு போகும் அனைத்து காட்சிகளும்
- பாடல் வரிகள்
- நடிகைகளின் அரைகுறை ஆடைகள்
- நடிகைகளின் ஆபாச உடைகள்
- நடிகர்கள் திரையில் சமூகம் காவலன் நிஜத்தில் காணல் நீர்
- ஊடகங்கள்
- செய்திகள்
- செய்தித்தாள்
- செய்தித்தாளில் வரும் செய்திகளின் முறைகள்
- விளம்பரங்கள்
- தொலைக்காட்சிகளின் பல தேவையில்லா சமூகத்தை சீரழிக்கும் நிகழ்ச்சிகள்
- செய்தி தொலைக்காட்சிகள்

- பத்திரிக்கையாளர்கள்
- செய்தியாளர்கள் கேட்கப்படும் கேள்விகள்
- நேர்காணலின் போது மற்றவர்களிடம் கேட்கப்படும் தவறான கேள்விகள்
- செயலிகளின் சேனல்கள் என மக்கள், இளம் தலைமுறையிடம் கருத்து என்று தவறான பலவிதமான கேள்விகள் கேட்பது மற்றும் அதை தடுக்காமல் இருப்பது
- பெண்ணின் ஆபாச விளம்பரங்கள்
- செயலிகளில் பெண்களின் ஆபாச வீடியோக்கள், புகைப்படங்கள்
- சீரியல்
- படத்திற்காக பல பொருட்களை நாசம் செய்வது
- அதிக செலவில் செய்து படம் எடுத்தல்
- சமூக வலைத்தளம் மூலம் அறிவை மங்க வைத்தல்
- பெற்றோர், ஆசிரியர்கள் தவறு செய்யும் பிள்ளைகளை, மாணவ மாணவிகளை கண்டிக்காமல் வளர்த்தல்
- கடுஞ்சொல் தீய வார்த்தைகளை பேசுவது, தவறான செயலில் ஈடுபடுவதை தவறில்லை என நினைத்தல்

- சினிமாவில் நடிகர்களை மட்டும் தூக்கி கொண்டாடுதல்
- நடிகர்களுக்கு மட்டும் அதிக சம்பளம்
- பேனர், கட்டவுட்
- பால் வீணாக்குதல், தரையில் ஊற்றுதல்
- ரசிகர் மன்றங்கள்
- தீயப் பாதையில், வன்முறைகளில் இளைஞர்களை செல்லத்தூண்டும் நடிகர்கள்
- சமூகத்தில் இருக்கும் அனைத்து பெண்களை தீயவழியில் செல்ல தூண்டும் நடிகைகள்
- சினிமாவில் பள்ளிக் காதலை காட்டுவது
- சினிமா சார்ந்த செய்திகளையே அதிகமாக சமூகத்திற்கு காட்டும் ஊடகங்கள்
- பள்ளிச்சிறு குழந்தைகள், பெண்கள் என அனைவரும் சினிமாவை பார்ப்பார்கள் என்ற எண்ணம் இல்லாமல் தவறாக எதை வேண்டுமானாலும் காட்டுவது
- பெண்களை கொலை செய்யும் படங்களே அதிகமாக வருதல்
- பெண்களை வன்புணர்ச்சி செய்து கொலை செய்யும் படங்கள் வருதல்

- அதிக அளவில் பெண்களை கொடுமை படுத்தும் காட்சிகளே அதிக படங்களில் வருதல்

- சராசரியாக 15,000 மற்றும் 20000 ரூபாய் மாதம் ஊதியம் வாங்குபவர்கள் 100 கோடி சம்பாதிப்பதற்கு 3500 முதல் 4000 ஆண்டுகள் ஆகும்; ஆனால் பல கலைஞர்கள், பல உழைப்பாளிகள் உழைத்து நடிகர் என்று ஒருவரை முகம் காட்டினால் அவர் மட்டும் ஒரே ஆண்டில் அந்த 100 கோடி சம்பாதிக்கிறார்; இதில் புள்ளி 0.003% சதவீதம் ஊதியம் கூட அந்த தொழில் சார்ந்த அனைவருக்கும் கிடைப்பதில்லை

- பணமில்லாமல் தவிக்கும் பல சினிமா கலைஞர்கள், உடல் குறைபாடு ஏற்பட்டு பணமில்லாமல் சிகிச்சையின்றி உயிரிழக்கும் பல சினிமாத்துறை சார்ந்தவர்கள்

- கருத்துரிமை, ஜனநாயகம் என்ற பெயரில் வன்முறை, கொலை, உணர்ச்சிவசமான காட்சிகள், அழுகை, கொந்தளிப்பு, மது, மாது, சூது, சமூகத்தில் நடந்த ஒன்று, சமூகப் பிரச்சனைகள், அரசியல், ஊழல், லஞ்சம், பெண்களின் பலவிதமான வன்கொடுமை காட்சிகள், பெண் கொலைகள், நாட்டை காப்பவன், ஒருவன் பலபேரை அடிப்பது, நடிகன் உயர்ந்தவன் அவனே சமூகப் பிரச்சனைகளை காக்க வந்த கடவுள், நிஜ வாழ்க்கைக்கும் சினிமா பட காட்சிகளுக்கும் வித்தியாசம், வேறுபாடு என பல உண்டு ஆனால்

ஒன்று போல் பல காட்சிகளை காட்டி மனிதனின் அனைத்து உணர்ச்சிகளை தூண்டி திசை திருப்புவது

- சமூகத்தில் பல குற்றங்கள் வெவ்வேறாக பல இடங்களில் நடிந்திருக்க அதனை படம்பிடித்து காட்டி இன்னும் பல இடங்களில் அதிகமாக அதே பிரச்சனைகள் குற்றங்களை செய்ய தூண்டுவது

- சமூகத்தில் இருக்கும் பல உயர்ந்த பிரச்சனைகளை தனி ஒருவனாக தீர்க்கும் தருணத்தில் மக்கள் கைதட்டி பாராட்டுவது போல் காட்டுவது

- குற்றங்கள் செய்யும் அனைவரையும் மாற்றுவது போல், தண்டிப்பது போல், தனி ஒருவன் செய்வது போல காட்டுவது

- ஆபாச காட்சிகளில் பெண்களை நடிக்க வைப்பது, பெண்களை இழிவு படுத்துவது

- வருங்கால தலைமுறையை தீய வழியில் கொண்டு செல்லும் காட்சிகள்

- மது புகைப்பழக்கம் காட்சிகள் காட்டி தீயது, செய்யாதீர்கள் என்ற விளம்பரம் செய்வது

- தவறு செய்யாதவர்களை கூட தவறு செய்யத் தூண்டும் செயல்கள், மக்களை அதிகாரிகள் கொல்வது போல் அதிகாரிகள் நேர்மையாக இருந்தால் அவர்களை அரசியல்வாதிகள் கொல்வது போல் காட்டுவது

- ஆபாச காட்சிகளில் மற்ற பெண்களை காட்டும் இயக்குநர்கள், சேர்ந்து நடிக்கும் நடிகர்கள் அவர்கள் வீட்டு பெண்களை மட்டும் பொக்கிஷம் போல் பாதுகாத்து சாதாரணக் காட்சிகளில் கூட நடிக்க செய்யாமல் காப்பது

- நடிகரை மட்டும் உயர்ந்தவராக உயர்த்தி புகழ், குணம் என பல விதத்தில் காட்டுவது

- நாட்டில் நடக்கும் குற்றங்களை தடுக்க அனைத்து அதிகார வர்க்கத்தையும் தன்வசம் கொண்டு வந்தது போல் காட்டுவது, மிகப்பெரிய சமூக நலனை செய்து முடித்து பிறகு அது போன்ற பிரச்சனைகள் வராது போன்று காட்டுவது

- நடிகரால் பெரும் மாற்றம் சமூகத்தில் வருவது மாறுவது போல் காட்டுவது, மக்கள் அதை நம்புவது

- நகைச்சுவை என்ற பெயரில் வார்த்தைகள் காட்சிகள் தவறாக சித்தரித்து காட்டுவது

- சிறிதாக குற்றம் செய்பவர்களையும், சினிமாவில் அவர்களே பெரிதாக சித்தரித்து மேலும் பல மடங்கு குற்றங்கள் செய்யும் அளவிற்கு கொண்டு சேர்ப்பது; பல குற்றங்கள் சமூகத்தில் ஏதோ ஒரு மூலையில் தான் முதலில் நடந்திருக்கும் குறைவான எண்ணிக்கையில் இருந்திருக்கும், அதை படக்காட்சியாக காட்டி மேலும் அதிகம் செய்ய தூண்டுகோலாக அமைவது

- சில காட்சிகள் செயல்கள் இப்படியெல்லாம் கூடவா இருக்கும் என்று சிந்திக்கின்ற அளவிற்கு தோன்றும் ஆனால் அதை காட்டி புதிதாக பல பேர் அதை செய்ய தொடங்குவதற்கு காரணமாக இருப்பது போன்ற பல தேவையற்ற சமூக சீர்குலைவு செயல்களை காட்டுவது

- நிஜத்தில் கானல் நீர் போல் வாழ்வது திரையில் உணர்ச்சிகரமாக அழுகை,பாசம், சமூகம், அக்கறை, மக்கள், தூய்மை, நீதி என பல வேடத்தில் நடித்து நிஜத்தில் ஒரு சதவீதம் கூட பேசாமல் போவது

- சினிமாவில் சமூக பிரச்சனைகள் பேசுவது, தீர்ப்பது போல் காட்டுவது; நிஜத்தில் ஏதேனும் ஒரு நிகழ்வு நடந்தால் நடிகர்கள் பேசாமல் தியானம் செய்வது

- நல்லதை சிறிதளவு காட்டி பேசிவிட்டு கெட்டதை பெரிதளவு காட்டி சமூகத்தில் பல வன்மங்களுக்கு ஆணிவேராக அமைத்துவிட்டு நல்லதை மட்டும் எடுத்துக் கொள்ளுங்கள் என்று வசனம் பேசுவது

- சமூகத்தில் நிகழும், நிகழ்ந்த பல செயல்கள், பிரச்சனைகள், இன்னல்கள், தீமைகள், அழிவுகள் என அனைத்தும் 80% சதவீதம் சினிமாவால் ஏற்பட்ட தாக்கங்களே

- நிகழ்காலத்தில் வரும் சினிமாக்கள் அனைத்தும் இருக்கின்ற தலைமுறை மற்றும் வருங்கால தலைமுறையை நன்கு அழிக்கின்ற செயல்களாக, காட்சிகளாக, வசனங்களாக மட்டுமே அமைகிறது

அதற்கு ஏற்றார் போல் சமூக வலைத்தளங்களும் செயலிகளும் தீய வழியில் கொண்டு செல்லும் காட்சிகளாகவும், வார்த்தைகளாகவும் மட்டுமே இருக்கிறது, காட்டப்படுகிறது

- தொலைபேசியின் உள்ளே இன்றைய சமூகம் மிதக்கிறது
- கடவுள்
- சாமியார்கள்
- சாதி
- மதம்
- மதம் மாறச் சொல்வது, மாற்றுவது
- சாதி மதப் பிரச்சனைகளை தூண்டுவது, தூண்டுபவர்கள்
- சாதி மத துயரங்கள், கொடுமைகள், கொலைகள், பெண்கள் குழந்தைகள் பாதிப்பு, மக்கள் ஒற்றுமையின்மை, பலரின் கண்ணீர்கள்
- ஜாதகம்
- ஜோசியம்
- ராசிபலன்
- உண்டியல் பணம்
- உண்டியல் இருப்பது

- சிலைகளுக்கு பால் ஊற்றுவது
- கடவுள் பெயரில் யாசித்தல்
- தேவையில்லா வேண்டுதல்கள்
- வேல், அலகு குத்தல்
- தீ மிதித்தல்
- அர்ச்சகர் பிரச்சனை
- மூலஸ்தானம் பிரச்சனை
- அர்ச்சனை மொழி பிரச்சனை
- ஆடம்பரத்தில் அதிக செலவில் அலங்காரங்கள்
- சிலை கடத்தல்
- பணம் கடத்தல்
- கோவிலில் சிசிடிவி கேமரா பொருத்துதல்
- கோவில் அனைவருக்கும் பொதுவானது, சமமானது என்று எண்ணாமை, தீண்டாமை சொல்லி தள்ளி வைக்கும் அவலங்கள்
- கடலில், ஏரிகளில், ஆறுகளில் சிலைகளை கரைப்பது
- கடவுள்களின் விசேஷ நாட்கள் என்று வந்தால் அந்த கடவுளின் சிலைகளை அதிக அளவில் செய்வது

- சிலைகளை உருவாக்கி அழிப்பது
- நாட்டில் பல உயிரிழப்புகள், மக்களின் பாதுகாப்பில்லா சூழ்நிலை உயிரிழப்புகள், பெண்களின் வன்கொடுமைகள் கொலைகள், விவசாயி உயிரிழப்புகள், உணவில்லா உயிரிழப்புகள், பல கோடி ஏழை மக்களின் வறுமைகள், ஊழல், லஞ்சம், இயற்கை வளங்களை அழித்தல், காலநிலை மாறுதல், தூய்மையில்லா காற்று, கலப்பட உணவுகள், சட்டம் சீர்குலைதல், மக்களின் ஒற்றுமையின்மை, சாதி மத துயரங்கள் கொலைகள் கொடுமைகள், நீதியின்மை, வன விலங்குகள் தானாக அழிவது, இயற்கை பல செயல்களில் மாசுபடுதல் போன்ற பல துயரங்களில் மக்கள் சுதந்திரமில்லா வாழும் சூழ்நிலையில் சுதந்திரம் கிடைத்தது என்று கொண்டாடுதல்.
- ...,

மக்களின் முறையில்லா வாழ்க்கைமுறை

- அறியாமை
- ஆடம்பரம் வாழ்க்கை
- இயற்கையை வளர்க்காமை
- ஈகை செய்யாமை
- உதவும் எண்ணம் இல்லாமை
- ஊக்கம் தராமை
- எளிமையின்மை
- ஏமாற்றும் எண்ணம்
- ஐம்புலன் அடக்காமை
- ஒற்றுமை இல்லாமை
- ஓகையில்லா வாழ்க்கை
- ஔவியம் கொள்தல்

- உழைக்காமல் வாழ நினைப்பது
- கோபம்
- ஆசை
- பேராசை
- எதிர்பார்ப்பது
- ஆரோக்கியமின்மை
- ஒழுக்கம் இல்லாமல் இருப்பது
- அறம் செய்யாமல் வாழ்வது
- சுயநலம்
- இன்னல்கள் தருவது
- புகழ்ச்சி விரும்புதல்
- விட்டுக் கொடுக்காமை
- சமம் என நினைக்காமல் இருப்பது, அதைப் பின்பற்றாமல் வாழ்வது
- பதவியாசை
- பணமாசை
- கருணை இல்லாமை
- கெடுதல் எண்ணங்கள்

- ஆணவம்
- அதிகாரத்தில் தீங்கு செய்வது
- வளரவிடாமல் செய்வது
- பிறரை அழிக்கும் எண்ணம்
- வருந்துவது
- பழிவாங்கும் எண்ணம்
- மனிதநேயம் இழந்து வாழ்வது
- நட்பின் துரோகம்
- காதல் துரோகம்
- இல்லற துரோகம்
- நிதானமின்மை
- தர்மம் செய்யாமை
- வேறுபாடு
- பிறரை மதிக்காமை
- தீண்டாமை
- தாழ்வு மனப்பான்மை
- பிறரை குறைசொல்வது
- பிறரை இகழ்வது

- பிறரை வாழ விடாமல் செய்வது
- பிறரை அழிப்பது
- பிறரின் வாழ்வை சிதைக்கும் செயல்கள்
- தான் என்ற கர்வம்
- வீண் வம்புகள்
- உறவினர்களின் கெடுதல் எண்ணங்கள்
- உறவினர்களின் பொறாமை குணங்கள்
- நல்வழியில் வளர விடாமல் செய்யும் உறவினர்கள்
- பணமிருந்தும் உதவ மனமில்லா உறவுகள்
- உறவினர்களின் பல தீமை செயல்கள்
- குடும்பங்களை பிரிக்கும் பெண்கள்
- மற்றவர்கள் இதை செய்தார்கள் என்று தானும் அதை செய்வது
- மற்றவர்கள் இப்படி வாழ்கிறார்கள் என்று பேராசையோடு புரிதலின்றி வாழ்வது
- நேர்மையில்லா சூழலில் அரசியல் வாதிகளை வைத்திருக்கும் சமூகம்
- சமூக அக்கறையில்லாமல் வாழும் சூழலில் தொழிலதிபர்களை வைத்திருக்கும் சமூகம்

- காவலர்களின் நேர்மையின்மை, சமூக அக்கறையின்மை
- நேர்மை, சமூக அக்கறையில்லா பல அதிகாரிகள்
- தீயதை செய்ய வைக்கும் சூழலில் வைத்திருக்கும் சமூகம்
- நேர்மையில்லா மக்கள்
- சமூக அக்கறையில்லா மக்கள்
- சுயநலமான மக்கள்
- பொதுநலமில்லா மக்கள்
- குற்றங்கள் செய்யும் மக்கள்
- குற்றங்களை செய்ய வைக்கும் மக்கள்
- இயற்கையை அழிக்கும் மக்கள்
- சமூகத்தின் அனைத்து இடத்திலும் குப்பைகள் போடும் மக்கள்
- நல்லதை செய்வதற்கு முன்வராத மக்கள்
- சமூகத்தில் அனைத்து தீமைகளையும் செய்யும் மக்கள்
- அறியாமையான மக்கள்
- புரிதலில்லா மக்கள்

- தெளிவில்லா மக்கள்
- மனித உயிர்களை அழிக்கும் மக்கள்
- சுயநலம் பிடித்த பெற்றோர்கள்
- பிள்ளைகளை தீய வழியில் வளர்க்கும் பெற்றோர்கள்
- பிள்ளைகள் தவறு செய்தால் கண்டிக்காத பெற்றோர்கள்
- பிள்ளைகளின் தவறுகளுக்கு துணையாக இருக்கும் பெற்றோர்கள்
- தவறுகள் செய்தால் பிள்ளைகளை நல்வழிப்படுத்தாமல் அவர்களின் வாழ்வை அழித்த, அழிக்கும், அழிக்கப்போகும் பெற்றோர்கள்
- குற்றம் செய்பவர்களை நல்வழிப்படுத்தாமை
- சுய ஒழுக்கமின்மை
- சுய கட்டுப்பாடின்மை
- வெற்றி
- தோல்வி
- சாதனை
- முடியாமை
- உயர்ந்தவன்

- தாழ்ந்தவன்
- வீரன்
- கோழை
- அறிவாளி
- முட்டாள்
- இருப்பவன்
- இல்லாதவன்
- கற்றவன்
- கல்லாதவன்
- ஏழை
- பணக்காரன்
- பணம்
- பிறப்பு
- உண்பது
- வாழ்வது
- இறப்பு
- "செங்கல் சூளையில் வெயிலில் வேலை பார்க்கும் பெண்ணும்"

- “கோடிகளில் வாழும் ஆடம்பர நடிகை எனும் பெண்ணும்”
- ...,

- ‘இயற்கை’யாக உலகில் உருவான
‘இயற்கை’யை மேலும் செழுமையான
‘இயற்கை’யாகவே மாற்றுங்கள்.

- தர்மத்தின் தலைவன்

மக்களின் உலக வாழ்க்கை நீதி

- ✓ பணத்தால் கோடிகளில் ஆடம்பரத்தில் புரளும் மனிதர்கள் மத்தியில் பணம் இல்லாததால் உணவின்றி உயிர் பிரிந்தது, உயிர் உணவிற்காக தவிப்பது, மூன்று வேலையும் சாப்பிடாத நிலை, உணவிற்காக கை ஏந்தும் நிலை என அனைத்தும் மாறும் சூழல் வேண்டும்.
- ✓ சமூகத்தில் உணவிற்காக தினந்தோறும் தவிப்பவர்கள் இல்லாமல் போக வேண்டும்.
- ✓ சாலையோரம், கோவில் என அனைத்து இடத்திலும் யாசிப்பவராக மற்றும் ஆதரவு இல்லாதவராக இருப்போரை மாவட்டத்தின் ஓர் இடத்தில் தங்கவைத்து, சிறுதொழில் மூலமாக தொழில் அமைத்து உழைத்து உணவளித்து அவர்களுக்கு மறுவாழ்வு அளிக்கும் சூழல் உருவாக வேண்டும்.
- ✓ முதியோர் இல்லம் மற்றும் சாலையோரத்தில் இருப்பவர்களுக்கு பிள்ளைகள் இருந்தால்

அவர்கள் வந்து வீட்டிற்கு அழைத்து செல்லும் சூழல் உருவாக வேண்டும்.

- ✓ குழந்தை ஆசிரமத்தில் இருக்கும் குழந்தைகளை வசதி இருப்போர், அவர்கள் அனைவரையும் வீட்டிற்கு அழைத்து தங்கள் பிள்ளைகளை போல் வளர்க்கும் சூழல் உருவாக வேண்டும்.

- ✓ சுகப்பிரசவத்தால் மட்டுமே மண்ணில் குழந்தைகள் பிறந்திட பெண்கள் அதற்கான ஆரோக்கிய உடல் நிலையை வைத்திருக்கும் சூழல் உருவாக வேண்டும்.

- ✓ சுகப்பிரசவம் என்பது உணவு, உடலசைவு வேலைகள், உறக்கம், மகிழ்ச்சி, நம்பிக்கை போன்ற பல செயல்களில் இருப்பதால் பெண்கள் தங்களை மாற்றும் சூழல் அமைய வேண்டும்.

- ✓ வயிற்றில் குழந்தை சுமக்கும் காலத்தில் பெண்கள் மகிழ்ச்சியாக, தைரியமாக, ஆரோக்கியமாக, சிறந்த குணங்களோடும், நடக்கையில் பார்த்து கவனமாக நடப்பதும், மனதிற்கு பிடித்ததை செய்தும், பிடித்த ஆரோக்கியமான உணவை சாப்பிட்டும் இன்னும் பல என அவர்களுக்கு பிடித்த வகையில் நன்மையில் வாழ்ந்திட இந்த சமூகம் அவர்களுக்கு உறுதுணையாக எக்காலத்திலும் இருக்க வேண்டும்.

- ✓ வேலைக்கு செல்லும் பெண்களுக்கு பிரசவக்காலத்தில் மட்டுமல்லாமல் அனைத்து

மாதத்திலும் அவர்கள் சந்திக்கும் மாதவிடாய் மூலமான உடல் மற்றும் மன வலிகளின் துயரங்களுக்கு குறைந்தபட்சம் மூன்று நாட்கள் ஊதியத்தோடு விடுமுறை அளித்து அவர்கள் ஓய்வெடுக்கும் சூழல் உருவாக வேண்டும்.

✓ பிறந்த குழந்தைகளை நன்றாக பார்த்துக்கொள்வதும், ஆரோக்கிய உணவில் உடல்நிலையை காப்பதும், மட்டுமின்றி குறைந்தது இரண்டு வருடங்கள் தாய்ப்பால் கட்டாயமாக கொடுக்கும் சூழல் உருவாக வேண்டும்.

✓ ஆரோக்கிய உணவுகள் கொடுத்தும், இயற்கை சார்ந்த நெறிமுறைகளில் மட்டுமே குழந்தைகளை வளர்க்கும் சூழல் உருவாக வேண்டும்.

✓ குழந்தைகள் வளர வளர சிறந்த குணம், உடல் ரீதியான விளையாட்டுகள் போன்றவற்றையும் சிறந்த தெளிவு ஆற்றலான சிந்தனைகளை கற்றுத் தந்துமே பிள்ளைகளை உருவாக்க வேண்டும்.

✓ இயற்கை, எளிமை, உழைப்பு, மனிதநேயம், ஒற்றுமை, உதவி, நேர்மை, உண்மை, ஒழுக்கம், அன்பு, பொதுநலம் என பல மனித வாழ்க்கை நீதிகளை கற்றுத்தந்து என்றும் அழியாமல் மனதில் பதிய வைக்க வேண்டும்.

✓ குழந்தைகளுக்கு ஏழு வயது முடிந்த பிறகே பள்ளியில் முதல் கட்டமான ஒன்றாம் வகுப்பில் சேர்க்கும் சூழல் உருவாக வேண்டும்.

- ✓ ஏழு வயது முடிவதற்குள் தனக்கான சொந்த வேலைகளை அவர்களே செய்து கொள்ளும் பக்குவத்திலும் சிறந்த சமூக குணங்களோடும் வளர்த்திருக்க வேண்டும்.

- ✓ ஏழு வயதிற்குள் அன்பு, உலகம், உடல் ஆரோக்கியம், என பலவற்றை தெரிந்தும் அதை உணர்ந்தும் நன்றாக இயற்கையில் வாழ்ந்திருக்கும் சூழல் உருவாக வேண்டும்.

- ✓ சுத்திகரிக்கப்பட்ட குடிநீரை விட இயற்கையாக நிலத்தில் உருவாகும் நீரை அதிகம் பருகினால் நோய் எதிர்ப்பு சக்தி உடலில் அதிகமாக வளர்ந்து எந்த காலநிலையிலும் உடல் ஆரோக்கியமாக இருக்கும் என்பதை உணர்ந்து அந்த நீரை பருகும் சூழல் உருவாக வேண்டும்.

- ✓ வாழ்நாளில் அதிகம் தண்ணீர் குடிப்பது மட்டுமே எந்த கால நிலையிலும் உடல் இறுதிவரை ஆரோக்கியமாக நோயின்றி இருக்கும் சூழல் அமையும் என்பதை உணர வேண்டும்.

- ✓ பள்ளி குழந்தைகள் அனைவரையும் அரசாங்கம் நடத்தும் பள்ளிகளில் மட்டுமே இலவச கல்வியோடு ஏழு மணி நேரம் மட்டுமே நடக்கும் வகுப்பாக மாற்றும் சூழல் உருவாக வேண்டும்.

- ✓ மாணவர்கள் பள்ளியில் இருக்கும் நேரத்தில் மட்டுமே எழுதுதல், படித்தல், தேர்வு போன்றவை இருக்க வேண்டும்; மீதம் இருக்கின்ற வீட்டு

நேரத்தில் உறக்கம், பொது அறிவு, சிந்தனை தூண்டும் செயல்கள், விளையாட்டுக்கள் உலக அறிவு, சமூக செயல்கள் என பல களத்தில் மாணவர்களை தயார் படுத்தும் சூழலும் உருவாக வேண்டும்.

- ✓ குறைவான தேர்வுகள், அதிக செய்முறைகள், விவாதங்கள், சிந்தனை திறன்கள் போன்ற நெறிமுறைகளிலேயே பாடங்கள் எடுப்பதும் அவ்வாறே பாடத்திட்டங்களும் அமையும் சூழல் உருவாக வேண்டும்.

- ✓ குறைவான அளவான பாடத்திட்டங்கள், மாணவர்கள் திறனுக்கேற்ப பாடங்கள், திறனுக்கேற்ற துறைகளின் படிப்புகள், மனிதர்களின் வாழ்க்கை தொழில் சார்ந்த கல்வி பாடங்கள் மட்டுமே மாணவர்களுக்கு பாடத்திட்டங்களாக அமைய வேண்டும்.

- ✓ படிக்கும் மாணவர்கள் தொலைவில் உள்ள பள்ளி கல்லூரிகளுக்கு செல்லாமல் அருகில் இருக்கும் பள்ளி கல்லூரிகளுக்கே சென்று படிக்கும் நிலை உருவாக்க வேண்டும்.

- ✓ சீரான உடைகள் மற்றும் ஒழுக்க நெறிமுறையான வாழ்வின் சிறந்து விளங்கும் குணங்களின் தோற்றமாக மட்டுமே மாணவர்கள் பள்ளி கல்லூரிகளுக்கு வர வேண்டும்.

- ✓ படிக்கும் மாணவர்கள் அனைவரும் வீட்டிலிருந்தே வந்துச்சென்று படிக்கும் சூழ்நிலையும் பெற்றோர் கண்முன்னே இருத்தல் சூழலும் உருவாக்க வேண்டும்.

- ✓ பள்ளி மற்றும் கல்லூரி மாணவர்கள் அனைவரும் சிரமமின்றி வந்து செல்ல அரசாங்கப் பேருந்து மற்றும் மிதிவண்டிகள் மட்டுமே இயங்கும் வசதிகள் அமைக்க வேண்டும்.

- ✓ எந்த மாநில அல்லது நாட்டு தாய் மொழியாக இருந்தாலும் ஆங்கில வகுப்பு பாடம் நேரம் தவிர மீதம் இருக்கின்ற மற்ற வகுப்பு நேரம், பள்ளிக் கல்லூரி நேரங்களில் அந்தந்த இடத்தின் தாய் மொழியில் தான் பேசும் சூழல் உருவாக வேண்டும் மற்றும் அனைத்து தாய் மொழிகளில் உள்ள எல்லா வார்த்தைகளையும் மற்றவையும் தெரிந்து அதில் சிறந்து விளங்க வேண்டும்.

- ✓ பள்ளிக் கல்லூரிகளில் மாணவ மாணவிகளுக்கு அனைத்து அடிப்படையான குடிநீர், உணவு, கழிப்பறை, இயற்கை சூழல், வகுப்பறை வசதிகளும் இருக்கும் சூழல் உருவாக்க வேண்டும்.

- ✓ சிறந்த மனிதனாக வருங்காலத்தில் விளங்குவதற்கு தேவையான அனைத்து குணங்களையும் பள்ளிப்பருவ காலத்தில் இருந்தே பெற்றோர்களும், ஆசிரியர்களும் கற்றுத் தரும் சூழல் உருவாக வேண்டும்.

- ✓ மாணவர்கள் தவறு செய்தால் பெற்றோர்கள், ஆசிரியர்கள் கட்டாயமாக கண்டித்து அவர்களை நல்வழியில் செல்ல வைப்பதோடு சிறந்த வழிகாட்டியாகவும் இருக்கும் சூழல் உருவாக வேண்டும்.

- ✓ ஓர் சிறந்த பெற்றோர் என்பது மகிழ்ச்சி, பிடித்த உணவு, விருப்பமான செயல், என பல வகையில் பிள்ளைகளை வளர்ப்பதில்லாமல் சிறந்த குணம், பிறர்க்கு தீங்க செய்யாமை, பிறரை வாழ வைத்தல், சமூக சிந்தனை, சமூகத்திற்கு தீமை செய்யாத சிறந்தவர் என பல குணங்களில் விதைத்த விதைப் போல் வளர்ப்பதாகும்.

- ✓ ஓர் சிறந்த ஆசிரியர் என்பது பாடத்தில் உள்ளதை புரிய வைத்தல், பொது அறிவு கூறுதல் எனத் தாண்டி மாணவர்களின் சிந்தனை தூண்டுபவராகவும் சிறந்த வழிகாட்டியாகவும் இருத்தல் வேண்டும்.

- ✓ கல்லூரி படிப்புகளின் துறைகள் எல்லாம் வாழ்வின் தொழில் ரீதியான படிப்புகளாகவே இருக்கும் சூழல் உருவாக வேண்டும்.

- ✓ பள்ளிப்படிப்பை முடித்த பிள்ளைகள் தங்கள் தனிப்பட்ட விருப்பப்படி அவர்களே ஆர்வத்தோடு அருகில் இருக்கும் கல்லூரிகளில் எந்த இன்னல்களின்றி விருப்பப்பட்ட துறையில் சேர்ந்து வீட்டிலிருந்தே வந்து சென்று படிக்கும் சூழல் உருவாக வேண்டும்.

- ✓ மாணவர்கள் கல்லூரியின் படிப்பு துறைகளை தேர்வு செய்வது வருங்கால வாழ்வில் அந்தத்துறை சார்ந்த தொழில், வேலை செய்வதற்கே என நினைக்கும் சூழல் உருவாக வேண்டும்.

- ✓ படித்த துறைகளிலே தொழில், வேலைகள் மாணவர்கள் செய்திட சமூகம் துணையாக நிற்கும் நிலை உருவாக வேண்டும்.

- ✓ கல்லூரி படிப்பு முடித்தவுடன் அனைவருக்கும் வேலை இருக்கிறது என்ற நம்பிக்கை எண்ணம் இருக்கும் சூழல் உருவாக வேண்டும்.

- ✓ சமூகத்தில் அனைத்து பள்ளிகளும், கல்லூரிகளும் வேலைகளும், தொழில்களும் என எல்லாம் அரசே நடத்தும் சூழல் உருவாக வேண்டும்.

- ✓ கல்வி என்பது வரலாற்றை தெரிந்து எதிர்காலத்தை கணித்து அதை சரிசெய்து நிகழ்த்தும் அறியாமையில்லா சமூக சீர்திருத்த சிந்தனைத்திறன் என்பதேயாகும்.

- ✓ சமூகத்திற்கும், இயற்கைக்கும், வாழ்விற்கும் தேவையான தொழில், வேலை மட்டுமே உருவாக்கி அதற்கான துறைகள் அமைத்து அதில் வேலை வாய்ப்புகள் அமைக்கும் சூழல் உருவாக வேண்டும்.

- ✓ சமூகத்தில் உள்ள அனைத்து தொழில்களையும் அரசாங்க பணிகளாகவும் அதில் விவசாயத்தை

முதன்மையாக உருவாக்கும் சூழல் ஏற்பட வேண்டும்.

- ✓ விவசாயத்திற்கு முன்னுரிமை மட்டுமல்லாமல் அதன் வளர்ச்சி அடைந்து கொண்டே இருக்க மற்ற தொழில்கள் காட்டிலும் இதற்கே முக்கியத்துவம், திட்டங்கள், செயல்கள் பல என அமைக்கும் சூழல் உருவாக வேண்டும்.
- ✓ நீர் வசதியே இல்லா விவசாய நிலங்களுக்கு ஏரிகள், ஆறுகள், அணைகளில் இருந்து கால்வாய்கள் மூலம் நீரை எடுத்து வரும் வசதிகள் செய்தல் வேண்டும்.
- ✓ மேலும் அதிக கிணறு, குளம், ஏரி, ஆறு, அணை, கால்வாய்கள் என பலவற்றை புதிதாக உருவாக்கி அதில் நீரை நிரப்ப தண்ணீரை குழாய்கள் மூலம் கொண்டு வரும் சூழலும் உருவாக வேண்டும்.
- ✓ கோடை காலங்களில் நீர் ஆவியாவதை தடுக்க தாமரைப்பூ அதிகம் வளர்த்தல் வேண்டும்.
- ✓ மேலும் அதிக மரம், செடி, கொடிகள் என பல அடர்த்தியாக வளர்ந்தால் பசுமை செழுமையாக தோன்றி குளிர்ந்த காலநிலையால் தண்ணீர் ஆவியாகும் சூழல் இல்லாமல் போகும்.
- ✓ மரங்கள் அதிக அடர்த்தியில் இருக்க, அதனால் மழை நீர் அதிக பொழிந்து கிணறு, குளம், ஏரி, ஆறு, அணை, கால்வாய்கள் என அனைத்தும் நிரம்பி நிலத்தடி நீர் அதிகரிக்கும் சூழ்நிலையும்

உருவாகும்; இதனால் குறிப்பிட்ட குறுகிய தொலைவில் அனைத்து கிராம நகரங்களில் நிலத்தடி நீர் குழாய்கள் அமைத்து அதன் மூலம் குடிநீர் பற்றாக்குறையும் மற்ற தண்ணீர் தேவைகளையும் போக்கும் சூழல் உருவாக்க வேண்டும்.

- ✓ தொழில்நுட்பம் உச்சத்தில் இருந்தாலும் உயிர் வாழ உண்பதற்கு உணவுகள் வேண்டும் அதனால் விவசாயம் அழிய விடாமல் மேலும் விவசாயமும், விவசாய நிலங்களும், விவசாயிகளும் அதிகம் வளர இளைஞர்கள் ஆர்வமோடு வருங்கால சமூக நலன் கருதி அதிகம் ஈடுபடும் சூழலும் உருவாக வேண்டும்.

- ✓ நிலத்தடி நீரை தேவையான அடிப்படை அத்தியாவசிய பயன்பாட்டிற்கே பயன்படும் நிலை உருவாக்க வேண்டும்.

- ✓ மழைநீரை வீணாக்காமல் வீட்டின் நிலத்தடி தொட்டிகள், கிணறு, குளம், ஆறு, ஏரி , கடல் இவைகளில் கால்வாய்கள் மூலம் சேமிக்கும் சூழலும் உருவாக வேண்டும்.

- ✓ விவசாய நிலங்களை விற்காமல் அழித்திடாமல் விவசாயத்தை காத்து விவசாயம் செய்யும் சூழல் உருவாக வேண்டும்.

- ✓ விவசாயம் செய்யாத நிலங்களை விவசாயத்திற்கே இனி பயன்படுத்தும் சூழல் உருவாக வேண்டும்.

- ✓ நிலத்தடி நீரை எடுத்துக் கொண்டு விவசாயத்தை பாதிக்கும் சீமைக்கருவேல மரங்களை பொதுநலம் கருதி அதை அழித்திட அனைவரும் முன்வரும் சூழல் உருவாக வேண்டும்.

- ✓ மனிதர்களை வைத்து அனைத்து சீமைக்கருவேல மரங்களையும் அகற்றி அதனை சமையல் அடுப்பிற்கு விறகாக மற்றும் மற்ற செயல்களுக்கு பயன்படுத்தும் சூழல் உருவாக வேண்டும்.

- ✓ எக்காலத்திலும், உலக நாடுகள் அனைத்தும் குடிநீரை பணம் கொடுத்து விலைக்கு வாங்கும் நிலை உருவாகாமல் போக வேண்டும்.

- ✓ தண்ணீரை தேவையில்லாமல் பயன்படுத்தும் பல செயல்கள் இல்லாமல் போக வேண்டும்.

- ✓ ஆறு ஏரிகளில் எவ்வித கழிவுநீர்களும் கலந்திடாமல் நீரின் தன்மையை காத்தல் வேண்டும்.

- ✓ மலைமண் எடுப்பதால் மலைகளும், பல மலை வளங்களும் அழிவதால் மாற்று வழியை தேடி மலை மற்றும் மலை வளங்களையும் காக்கும் சூழல் உருவாக வேண்டும்.

- ✓ காடுகள், மரங்கள் அழிக்காமல் அதற்கேற்ற இயற்கை காக்கும் செயல்கள் செய்தல் வேண்டும்.

- ✓ மரங்களால் செய்யப்படும் பல பொருள்கள் சமூக இயற்கை நலன் கருதி அவை செய்யாமல் மரங்களை காக்கும் சூழலும் உருவாக வேண்டும்.

- ✓ விவசாய மண்வளம் அழியாமல் இருக்க ஆடு, மாடு கழிவுகளை உரங்களாக பயன்படுத்தல் மட்டுமல்லாமல் மனித கழிவுகளையும் உரங்களாக மாற்றியும் தொடர்ந்து ஒரே பயிர் வகை பயிருடவதை தவிர்த்து வேறு வேறு பயிர்களை பயிரிட்டு மண்ணிற்கு மண் வளத்தை சேகரிப்பதோடு மகசூலையும் அதிகம் பெறும் சூழல் உருவாக வேண்டும்.

- ✓ மனித கழிவுகளை உரங்களாக மாற்றும் சூழல் உருவாகுதலும் இதனால் கழிவு நீர் சாக்கடையாக உருவாகாமல் போகும் என்பதை உணர வேண்டும்.

- ✓ மனித கழிவுகள் சாக்கடை, ஆறு, ஏரிகளில் கலந்திடாமல் செய்யும் சூழலும் அடர்த்தியான வீடுகள் இல்லா சூழலும் கழிவு நீரை ஒரு இடத்திலே தேங்க வைத்து உரங்களாக மாற்றும் சூழலும் ஏற்பட வேண்டும்.

- ✓ குளம், ஆறு, ஏரி, கடலில் கழவு நீர் மற்றும் தொழிற்சாலை கழிவுகள் கலந்திடாமல் பாதுகாத்து மாற்று வழியை கண்டுபிடித்து இயற்கை நலனையும் சுற்றுச்சூழலையும் காக்கும் சூழல் உருவாக வேண்டும்.

- ✓ அதிக விவசாயம் செய்து உணவுப் பொருட்களை பயிரிட்டு பஞ்சம் சூழ்ந்த நாடுகளுக்கு ஏற்றுமதி சேவை செய்து பசியை போக்கும் சூழல் உருவாக வேண்டும்.

✓ பாலிஷ் செய்யப்படும் அரிசிகளால் உடலுக்கு தேவையான அனைத்து சத்துக்களும் இல்லாமல் போவதால் ஆரோக்கிய குறைபாடுகள் அதிகம் உருவாகும் நிலை உள்ளது; ஆதலால் பாலிஷ் செய்யப்படாத அரிசிகளாக, அனைத்து சத்துக்கள் நிறைந்த அரிசியாக விற்பனை செய்யும் சூழலும் உருவாக வேண்டும்.

✓ நெடுஞ்சாலை நடுவில், ஓரத்தில், மற்ற சாலைகளின் ஓரத்தில், மரங்கள் இல்லாத கடைகள், வீடுகள், வளாகங்கள், மக்கள் வாழும் இடம் என அனைத்து இடத்திலும் இயற்கையான நாட்டு மரங்களை வைத்தால் வெப்பமான காலநிலை மறைந்து சுகாதாரமான காலநிலை அனைத்து மாதங்களிலும் இருப்பதோடு மழை நீர் அதிகம் பொழிந்து குடிநீர் பஞ்சம், வறட்சி இவைகளும் இல்லாத சூழ்நிலை அமையும்.

✓ மரம், செடி, கொடிகள் அதிகம் இருந்தால் மற்ற உயிரினங்கள் அதிகம் வாழ்வதோடு இயற்கை வளம், மண்வளத்தின் தரம் உயர்ந்து விவசாயத்திற்கும் ஏற்றவாறு நல்ல இயற்கை சூழல் அமைந்திடும்.

✓ மரங்கள் அதிகம் இருந்தால் மழை அதிகம் பொழியும் ஆதலால் மற்ற உயிரினங்களுக்கு குடிநீர் பஞ்சமும் இல்லாமல் நன்கு வளர்வதோடு மண்வளத்தால் அதிக தாவரங்கள் தோன்றி

இன்னும் செழுமையான இயற்கை சூழல் உருவாகும்.

- ✓ ஒரு மரம் வெட்டினால், பத்து அல்ல நூறு மரங்கள் நட்டாலும் அந்த நேரத்தில் வெட்டிய ஒரு மரம் தரும் நிழல், தூய்மை காற்று, இயற்கை சூழல், குளிர்ச்சி, பறவைகளின் வீடு என பல வசதிகள் அந்த நூறு மரங்களால் தர இயலாது; அதற்கு வருடங்களும் கடந்து செல்ல வேண்டும்; ஆதலால் மரங்களை எதற்காகவும் வெட்டும் சூழல் இல்லாமல் போக மக்கள் அனைவரும் புரிதலோடு இயற்கை நலன் கருதி அதை மேலும் பாதுகாத்திட முன்வர வேண்டும்.

- ✓ சமூகத்தில் இருக்கும் பல மக்களின் மாற்றங்களால் தான் இயற்கையின் பாதிப்பு அதிக அளவில் உருவாகி கொண்டிருக்கிறது; வெப்பங்கள் தாங்க முடியாமல் வீடுகளில், வாகனங்களில், செல்லும் இடங்களில் என எங்கும் குளிரூட்டியை பயன்படுத்தும் சூழலில் வாழ்க்கை நகர்கிறது; இயற்கை நலன் கருதி அனைவரும் வீடுகள், கடைகள், நிறுவனங்கள் மற்ற இடங்கள் என அனைத்தும் இடத்திலும் மரங்கள் நட முன்வரும் சூழலும், இதனால் வெப்பங்களின் தாக்கமும் குறைவாக தோன்றும் நிலை உருவாகும் என்பதை உணர வேண்டும்.

- ✓ விலங்குகள் பறவைகள் மற்ற உயிரினங்கள் என அனைத்தும் குடிநீருக்காக தவிக்கும் சூழலை போக்க வேண்டும்.

- ✓ மழை வளத்தால் அதிக தாவரங்கள் வளர்வது என்பது மூலிகைச் செடிகளும் உணவு செடிகளும் என பல இயற்கையாக பூமியில் பரிணாம வளர்ச்சி ரீதியாக புதிதாக அதிகம் தோன்றும் என்பதே ஆகும் என்பதை உணர வேண்டும்.

- ✓ காளை மாடுகள், பசு மாடுகள், எருமை மாடுகள், ஆடுகள், கோழிகள் இன்னும் பல என அனைத்து உயரினங்களையும் அதிகளவில் குறைந்த பட்சம் 80% சதவீத உலக மக்கள் அனைவரும் வளர்க்கும் சூழல் ஏற்பட வேண்டும்.

- ✓ கலப்படம் இல்லா உணவுகள் சமூகத்தில் பயன்படும் சூழல் அமைய அதற்கான மூலப்பொருட்கள் அதிக உற்பத்தியால் அதிகரித்தலும் வேண்டும்.

- ✓ பயிர்கள் அறுவடை, குளம், ஏரி, ஆறு, அணைகள் தூர்வாருதல், ஏர் உழுதல், பல விவசாய வயல் வேலைகள் என அனைத்திற்கும் மக்களை நியமித்து மக்களே வேலைகளை செய்து முடிக்கும் சூழல் உருவாக வேண்டும்.

- ✓ நூறுநாள் வேலை திட்டத்தில் இருக்கும் பெண்களையும் இன்னும் பல ஆண்களையும் மேலும் பலரையும் நியமித்து மேற்கண்ட பணிகளை செய்வதோடு மற்ற அனைத்திற்கும் இயந்திரங்கள் இல்லாமல் மனிதர்களால் செய்ய முடியும் அனைத்து பணிகளை மனிதர்களை வைத்தே முடிக்கும் சூழல் உருவாக வேண்டும்.

- ✓ ஏற்றுமதி என்பது உணவுப் பொருட்களாக மட்டுமே நம் நாட்டில் இருந்து மற்ற நாடுகளுக்கு செல்லும் சூழல் உருவாக வேண்டும்.

- ✓ இறக்குமதி பொருட்கள் என்றால் வாழ்விற்கு தேவையான அத்தியாவசியமான இயற்கை நலன் சார்ந்த வருங்கால செழுமைக்கு ஏற்ற பொருட்களாகவே இருக்க வேண்டும்.

- ✓ சமூக செயல்கள், திட்டங்கள் என பல அனைத்துமே இயற்கைக்கும், மனிதர்க்கும், மற்ற உயிரினங்களுக்கும், முழுக்க முழுக்க வாழ்க்கை சார்ந்தும் மன ரீதியான நன்மை தரும் சிந்தனை செயல்களாகவே இருக்க வேண்டும்.

- ✓ உழைப்பு என்பது பொதுவான வாழ்க்கை வாழ்வதற்கும், உண்பதற்கும் செய்யும் செயலாகும் அதை சமூகத்தில் உள்ள அனைவரும் செய்யும் சூழல் உருவாக வேண்டும்.

- ✓ கடுமையாக நாட்டில் ஆண், பெண் என வியர்வை சிந்தி பலர் உழைப்பது போல் மீதம் இருக்கின்ற பலரும் உழைக்கும் சூழல் உருவாக வேண்டும்.

- ✓ தேவையில்லாத ஆரோக்கியமற்ற உணவுகள், சிற்றுண்டிகள் உண்பதால் தான் உடல் ஆரோக்கியம் பாதித்து நோய்களும் மருத்துவமனை செல்லும் சூழலும் அமைகிறது; இது உண்பதற்கு எடுத்துக் கொள்கின்ற ஆரோக்கியமற்ற சுத்தமில்லா அனைத்து உணவுப் பொருட்கள் என்பதை உலக

மக்கள் அனைவரும் உணர்ந்து அதனை தவிர்க்கும் சூழலும் ஆரோக்கியமான உணவை உண்ணும் சூழலும் உருவாக வேண்டும்.

- ✓ மெதுவாக உடல் ஆரோக்கியத்தை பாதித்து பிற்காலத்தில் நோய் உண்டாக்கும் பல உணவுப் பொருட்களை தவிர்க்கும் சூழல் வேண்டும்.

- ✓ சாப்பிடும் உணவுகள், சிற்றுண்டிகள் உடல் ஆரோக்கியத்தை குறிக்கும் ஆதலால் வாழ்நாள் முழுவதும் உடல் ஆரோக்கியத்திற்கு துணையாக இருக்கும் உணவுகள் பெரும்பாலும் வீட்டிலே செய்திடவும் மற்றும் குழந்தைகளுக்கு மற்றொரு உணவான சிற்றுண்டிகளை பெற்றோர்கள் வீட்டிலே கண்டிப்பாக செய்து தரும் சூழல் உருவாக வேண்டும்.

- ✓ உணவு விடுதிகள் மற்றும் சிற்றுண்டி தயாரிப்பவர்கள் சமூக நலன் கருதி உண்ணும் பொருட்கள் அனைத்தும் ஆரோக்கியம் தரும் உணவாக தயாரிக்கும் சூழலில் முன்வர வேண்டும்.

- ✓ யாரேனும் சுத்தமில்லா உணவையோ சிற்றுண்டிகளையோ தயாரித்தால் அவர்களின் பிள்ளைகள் வேறு ஒரு உணவை, சிற்றுண்டியை வாங்கி உண்ணும் போது நம்மை போலவே தான் அந்த உணவுகள் தயாரிப்பவரும் ஆரோக்கியமில்லாமல் தயாரித்திருப்பார் என்பதை உணர்ந்து கர்மாவில் நீங்கி அனைவரும்

ஆரோக்கியமான உணவு பொருட்களை தயாரிக்கும் சூழலுக்கு முன்வர வேண்டும்.

✓ உணவுப் பொருட்கள் தின்பண்டங்கள் என எதுவாக இருந்தாலும் வியாபாரத்திற்காக மட்டுமல்லாமல் ஆரோக்கியத்திற்காக தரமாக உற்பத்தி செய்யும் எண்ணம் அனைவருக்கும் தோன்ற வேண்டும்.

✓ உணவே மருந்து என்பது உண்கின்ற உணவு தான் உடலின் பல செயல்களாக ஆரோக்கியம் மற்றும் நோய் உண்டாக்கும் காரணமாக விளங்குகிறது; ஆதலால் உண்கின்ற அனைத்தும் ஆரோக்கியமானதா என்று நினைப்பதோடு நோயில்லாத சூழல் இதனால் உருவாகும் என்பதை உணர்ந்து அதற்கேற்ற உணவை எடுத்தல் வேண்டும்

✓ சொகுசு, ஆடம்பர வாழ்க்கைக்காக ஆடம்பர வீடு கட்டி, அனைத்தும் ஆடம்பர வசதியால் வாழும் அதே சமூகத்தில் தான் தங்க வீடு இல்லாமல், சரியான வீட்டு வசதி, சாலை வசதி, மின்சார வசதி, போக்குவரத்து வசதி என பல இல்லாமல் தவிப்பவர்களின் சூழல் அறவே மாற வேண்டும்.

✓ இன்று சமூகத்தில் இருக்கும் குப்பையான பிளாஸ்டிக் பொருட்களை ஒன்று சேர்த்து திடக்கழிவு மேலாண்மை அமைத்து ஏதேனும் ஒரு திடப்பொருளாக தயாரித்து பயன்படுத்தும் சூழல் உருவாக வேண்டும்.

- ✓ குப்பை இல்லாத பூமியாக மாற்ற பல பிளாஸ்டிக் பொருட்களை உற்பத்தி நிறுத்துவது மட்டுமல்லாமல் தடுக்க முடியாமல் இருக்கும் மற்ற பிளாஸ்டிக் பொருட்களை திடப்பொருளாக மாற்றி பயன்படுத்துவதால் சுற்றுச்சூழல் இயற்கையாகவே இருக்கும் சூழல் ஏற்படும்.

- ✓ மக்கும் நிலை சார்ந்த மற்ற குப்பைகளை பூமியின் ஒரு இடத்தில் சேகரித்து வருங்காலத்தில் விவசாய நிலத்திற்கு உரங்களாக மாற்றும் சூழல் உருவாக வேண்டும்.

- ✓ சமூகத்தில் செல்கின்ற அனைத்து இடத்திலும் உலக மக்கள் அனைவரும் குப்பைகளை கீழே போடாமலும் வீடுகளிலும் மக்கும் மக்காத குப்பைகள் என மக்கள் இரண்டாகப் பிரித்துக் கொடுத்தால் உரங்களாக மாற்றவும் மற்றும் திடப்பொருளாக தயாரிக்கவும், ஓர் நன்மையான சூழல் ஏற்படுவதோடு குப்பைகள் காணாத சிறந்த மண்வள பூமியாக நிலங்கள் தோன்றும் சூழல் ஏற்படும் என்பதை உணர வேண்டும்.

- ✓ அதிக வீடுகள், அலுவலகங்கள், கட்டிடங்கள் நெருக்கடி இருப்பதால் தான் கழிவுநீரை பூமி உறிஞ்ச முடியாமல் சாக்கடை, பாதாளச் சாக்கடை என உருவாக்கி நன்னீர் ஓடிக் கொண்டிருந்த ஆற்றில் சாக்கடையாக கலக்கச் செய்கிறோம்; பொதுநலமாக மக்கள் சிந்தித்தால் நெருக்கடி வீடுகள், கட்டிடங்களை தவிர்த்து சாக்கடை

உருவாக்காமல் செய்ய முடியும்; அதையும் தாண்டி வரும் கழிவுநீரை ஒரு இடத்தில் சேகரித்து உரங்களாக மாற்றும் நிலையையும் உருவாக்க முன்வர வேண்டும்.

✓ வீடு, கட்டிடங்கள் நெருக்கடி இல்லை என்றால் சாக்கடை இல்லாமல் போவதோடு பூமியும் பூமியாக மேற்பரப்பு அடியில் மண் மண்டலமாக இயற்கையாக நீரை உறிஞ்சும் நிலையில் இருந்தும், மழை பெய்தால் சாலைகளில் தண்ணீர் தேங்காத இடமாக சாலைகள், நிலங்கள் இருக்கும் என்பதை உணர்ந்து மாற்றும் சூழல் ஏற்பட வேண்டும்.

✓ பள்ளி, கல்லூரி மாணவர்கள், வேலைக்கு செல்பவர்கள் இன்னும் பலர் என எல்லோரும் மிதிவண்டி மற்றும் பேருந்தில் மட்டுமே பயணித்தால் போக்குவரத்து வாகன சாலை நெரிசல் என்பது இல்லாமல் போய்விடும்; அதற்கான பேருந்து வசதியை அனைவருக்கும் ஏற்படுத்தி மிதிவண்டி, பேருந்தில் மட்டுமே அனைவரும் பயணிக்கும் சூழல் ஏற்பட வேண்டும்.

✓ மேலும் இதனால் ஆரோக்கியமான உடல்நிலை நன்மைகள் இன்னும் பல பொருளாதார நன்மைகள் சமூகத்தில் உருவாகிட அனைவரும் கடைபிடிக்க முன்வர வேண்டும்.

✓ குறைவான வாகனங்கள் இயங்கும் செயலை செய்தால் பாலங்கள், மெட்ரோ ரயில்கள் என

எதுவும் தேவைப்படாது மற்றும் இயற்கைக்கும் உடல் ஆரோக்கியத்திற்கும் பாதிப்பு இல்லை என்பதை உணர வேண்டும்.

✓ பல வாகனங்கள் அதற்கு ஒதுக்கப்பட்ட நேரத்தில் தான் இயங்க வேண்டும் என்ற நிலை வந்தால் மேலும் நன்மை தரும் சூழல் உருவாகும் என்பதை உணர வேண்டும்.

✓ பள்ளிக் கல்லூரி மாணவர்கள் மற்றும் வேலைக்கு செல்பவர்கள் காலை, மாலை என இவர்கள் செல்லும் நேரத்தில் இவர்கள் செல்லும் பேருந்துகள், மிதிவண்டிகள் மட்டுமே இயங்கினால் பாதுக்காப்பும், சாலை நெரிசலின்றி விரைவாக செல்லக்கூடுதலும் மேலும் இயற்கை மாசுபடுதலும் இருக்காது என்பதை உணர்ந்து இதை செய்யும் சூழலும் உருவாக வேண்டும்.

✓ பள்ளி, கல்லூரி, அலுவலகம் என எல்லாவற்றிற்கும் வெவ்வேறான தொடங்கும் நேரங்களை ஒதுக்கினால் பயணங்கள் சுலபமாக இருப்பதோடு நன்மையான இயற்கையான சூழல் உருவாகும் என்பதை உணர வேண்டும்.

✓ இயந்திரங்கள் சில மணி நேரம் செய்யும் வேலைகளை மனிதர்கள் பலரை சிறிது நேரம் வைத்து முடிக்கும் வேலை வாய்ப்புகள் உருவாக்க வேண்டும்.

- ✓ இலவச மருத்துவம், அனைத்து அடிப்படை வசதிகளும், தொழில்நுட்ப சிகிச்சை வசிதிகளும் சிறந்து விளங்கும் அரசு மருத்துவமனைகளாக சமூகத்தில் அனைத்து இடத்திலும் மாறும் சூழல் ஏற்பட வேண்டும்.

- ✓ கண், காது, வாய், இதயம், நுரையீரல், சிறுநீரகம், கை, கால், ரத்த அழுத்தம், சர்க்கரை என பல மக்களின் உடல் குறைபாடுகளை சிகிச்சை மூலம் அனைவருக்கும் அனைத்தும் சரிசெய்து அவர்களை குணமாக்கும் சூழல் உருவாக வேண்டும்.

- ✓ உலக வாழ்க்கையில் பல என எதுவாக இருந்தாலும் அதில் முக்கிய அங்கமாக வகிப்பது ஆண் பெண் மற்ற பாலினத்தவர் தான்; அதில் காதல், திருமணம் என்பது பெரும் பங்காக சமூகத்தில் இருப்பதோடு அடுத்த தலைமுறைக்கு வழிவகுக்கிறது; அப்படிப்பட்ட திருமணம், காதலில் பல சிக்கல்கள், இன்னல்கள் தோன்றி சமூகம் பெரும் அழிவில் செல்கிறது; சமூக நலன் கருதி பெற்றோர் விருப்பமில்லை எனில் காதலே செய்யாமல் இருப்பது நல்லது, காதலித்தால் அவர்களையே கட்டாயமாக திருமணம் செய்யும் சூழலும் அமைய வேண்டும், ஆண் பெண் என யாவரும் ஏமாறும் ஏமாற்றும் எண்ணம் இல்லாமல் போக வேண்டும், ஏமாற்றி விடுதலோ அல்லது காதலித்து வேறு ஒருவரை மணப்பது இல்லாமல் போக வேண்டும், காதலித்தால்

அவர்களையே திருமணம் செய்ய வேண்டும் என்பது நாடகக்காதல் ஏமாற்றும் எண்ணம் என பல இல்லாமல் போவதற்கு ஒரு வழியாகும், விருப்பமில்லா ஆண் பெண் திருமணம் செய்தலும் இல்லாமல் போக வேண்டும், ஆண் பெண் என யாவரும் காதல் எனும் பெயரில் ஏமாறும் ஏமாற்றும் சூழல் இல்லாமல் போக வேண்டும், இந்த சமூகம் இன்றைய காலகட்டத்தில் ஆண் பெண் என அனைவரையும் பெரும் தீயப் பாதையில் கொண்டு சென்றிருக்கிறது, அதில் காதலும் ஆசைகளும் பல பங்காக அமைகிறது, தவறான பாதையில் செல்லாமல் தெளிவான எதார்த்தமான நிதர்சன வாழ்க்கை எதுவென ஆண் பெண் என இருவரும் உணர வேண்டும், பெற்றோர்களும் தங்கள் பிள்ளைகளை சிறந்த வழியில் வாழ்க்கை பாதைகளை கற்றுத்தந்து நல்வழியில் கொண்டு செல்லும் சூழலும் உருவாக வேண்டும்.

✓ திருமணம் செய்தால் விவாகரத்து என்ற எண்ணம் இல்லாமல் போவதோடு நட்பைப் போல மேலும் அதிகமான புரிதல், சகிப்புத்தன்மை, விட்டுகொடுத்தல், அன்பு என பல குணங்களில் கணவன் மனைவி வாழும் சூழல் உருவாக வேண்டும்.

✓ இல்லற வாழ்வில் கணவன் மனைவி தவிர பெற்றோரும் வேறு எந்த உறவினர்களும் அவர்கள் வாழ்க்கையில் தலையிடாமல் அவர்கள்

நல்வழியில் வாழ வைக்கும் செயல்களில் மட்டுமே ஈடுபடுதல் வேண்டும்.

✓ சிறந்த ஒழுக்கம், பிறர் மனை நோக்கா, ஆண் பெண் உண்மையை கடைப்பிடித்தல், உண்மையாக இருத்தல், ஒருவனுக்கொருத்தி என்ற பல நெறிமுறைகளை சமூகம் காத்து, வழி தவறி எவரும் செல்லாமல் காக்கும் சூழலும் உருவாக வேண்டும்.

✓ சமூகத்தில் பெண்களுக்கு நடக்கும் வன் கொடுமைகள், வரதட்சணை கொடுமைகள், இல்லற கொடுமைகள், மாமியார் கொடுமைகள், மருமகள் கொடுமைகள், கணவர் கொடுமைகள், ஆண்களுக்கு நடக்கும் இல்லற பிரச்சனைகள், இல்லற மன உளைச்சல்கள், மனைவிகளின் இன்னல்கள், இருவரின் தவறான பழக்கங்கள், விவாகரத்து முடிவுகள், குடும்பங்களில் கெடுதல் எண்ணங்கள் என அனைத்தும் அழிந்து நிம்மதியாக வாழும் சூழல் உருவாக ஆண் பெண் என இருவரும் முன் வர வேண்டும்.

✓ குடும்ப பிரச்சனைகள், கல்வி பிரச்சனைகள், வேலைகளின் மன உளைச்சல்கள், பிள்ளைகளின் பிரச்சனைகள், கடன், விவசாய பிரச்சனைகள், தனிப்பட்ட பிரச்சனைகள் என பலவற்றிற்கு தற்கொலை செய்ய பலர் முடிவெடுப்பதோடு இந்த சமூகம் அதற்கு பெரும் தூண்டுகோலாக அமைகிறது; ஆதலால் மாணவர்கள் இளைஞர்கள்

பெண்கள் என யாவரும் தவறான முடிவை எடுக்காமல் இந்த சமூகத்தில் தனக்கான வாழ்க்கையை வாழ்ந்து காட்டும் சூழலும் உருவாக இந்த சமூகம், பெற்றோர் என அனைவரும் துணையாக இருக்க வேண்டும்.

✓ திருமணம், சடங்குகள், காதணி, சீமந்தம் இன்னும் பல நிகழ்ச்சிகள் எதுவாக இருந்தாலும் காலை நேரத்தில் மட்டுமே கட்டாயமாக வைக்கும் சூழல் அமைய வேண்டும்.

✓ உணவு விடுதிகள் அனைத்தும் காலை, மதியம், இரவு என மூன்று நேரங்களிலும் இரண்டு மணி நேரம் மட்டுமே இயங்குதலும், இதனால் சரியான நேரத்திற்கு சாப்பிடுவதால் உடல் ஆரோக்கியத்திற்கும் நன்மை பயக்கும் செயல்கள் துவங்கும் என்பதை உணர வேண்டும்.

✓ அனைத்து நேரங்களிலும், நாட்களிலும் ஒரு சில கடைகள் இயங்காமல் அவை குறிப்பிட்ட நேரத்தில் மட்டுமே இயங்கும் சூழல் உருவாக வேண்டும்.

✓ சமூகத்தில் பல பொருட்கள் பல கோடி எண்ணிக்கையில் இருக்கிறது சில பொருட்கள் அதில் பல வருடங்கள் கடந்தாலும் முழுவதுமாக குறையாது; ஆதலால் அதனின் உற்பத்தி தற்காலிகமாக நிறுத்திக் கொண்டு வேறு செயல்களில், விவசாய பணிகளில் வேலைகள் நடக்கும் சூழல் உருவாக வேண்டும்.

- ✓ பயணங்களின் போது வாகனங்களில் குளிரூட்டி தேவைபடாத நிலையாக சமூகம் இயற்கையான சூழலில் மாற வேண்டும்.

- ✓ திருட்டு, கொலை, பாலியல் குற்றம், வன்முறை இன்னும் பல குற்றங்கள் செய்தவர்களை நல்வழிப்படுத்தி அவர்களை சிறந்தவர்களாக மாற்றுவதோடு மேலும் பல விழிப்புணர்வுகளை ஏற்படுத்தி தவறுகள் செய்யாமல் இருக்கும் நிலை உருவாக்கி, இதற்கேற்ற ஒத்துழைப்பு சமூகத்தில் அனைவரும் கடைப்பிடித்து காத்திட முன் வர வேண்டும்.

- ✓ சினிமா என்றால் பொழுதுபோக்கு ரீதியாக சிரிப்பு, சிந்தனை, மாற்றம், ஒழுக்கம் போன்ற பல சமூக நலன் சார்ந்த கட்டுப்பாடுகளில் மட்டுமே கட்டாயமாக அனுமதிக்கும் சூழல் உருவாக வேண்டும்.

- ✓ மக்கள் எதற்கும் லஞ்சம் வாங்காத, கொடுக்காத சமூகமாக மாறும் சூழல் உருவாக வேண்டும்.

- ✓ உலக மக்கள் அனைவரும் தங்களின் நலன் சார்ந்தும், துயரங்கள் சார்ந்தும் சமூகத்தில் உருவான பல அதிகாரிகளை நம்பி தான் செல்கிறார்கள்; அதற்கு மரியாதை வாய்ந்த அதிகாரிகள் அனைவரும் சமூக அக்கறை, நேர்மையோடு மக்களுக்கு பணிகள் செய்யும் சூழல் உருவாக வேண்டும்.

- ✓ விபத்துக்கள் குறைப்பதற்கு இருசக்கரம் முதல் மற்ற அனைத்து வாகனங்களிலும் வேக கட்டுப்பாட்டு கருவி பொருத்துவதோடு, இரவில் நான்கு மணி நேரம் கட்டாயமாக எந்த வாகனமும் இயங்காமல் இருந்தால் விபத்துக்கள் முற்றிலும் இல்லாமல் போகும் மற்றும் வாகன ஓட்டிகளின் உடல் ஆரோக்கியம் முதலிய பல நன்மைகள் உருவாகும் என்பதையும் உணர வேண்டும்.

- ✓ பெரும்பாலான விபத்துக்கள் அனைத்தும் கவனக்குறைவால் மற்றும் அதிவேகத்தில் செல்வதால் மட்டுமே நிகழ்கிறது, இதனால் பயணம் செய்தவர்களின் பாதிப்புகள், குடும்பத்தின் துயரங்கள், மருத்துவர்களின் நேரங்கள், பணமிழப்புகள், எதிரே வந்தவர்களின் பாதிப்புகள் இன்னும் பல என அனைத்தும் பாதிக்கின்றது, ஆதலால் தன்னலம், பிறர் நலம் மற்றும் சமூக நலன் கருதி கவனமான குறைந்த வேகத்தில் சென்றால் பலவிதமான பாதிப்பை, துயரங்களை தடுக்கலாம் என்று எண்ணி அதற்கான செயல்களில் அனைவரும் முன்வரும் சூழலும் கட்டாயமாக உருவாக வேண்டும்.

- ✓ இருச்சக்கர வாகன விபத்துக்கள் தான் சமூகத்தில் அதிகம் நிகழ்கிறது, பெற்றோர்கள் தங்கள் பிள்ளைகளுக்கு சிறந்த அறிவுரை கூறி அதிவேக பயணம் செய்வதை கட்டுப்படுத்தினால் விபத்துக்கள் குறையும் என்பதையும் மற்றவர்க்கும்

தங்கள் பிள்ளைகளுக்கும் பாதிப்பில்லை என்பதையும் உணர வைக்க வேண்டும்.

✓ விபத்துக்கள் இல்லாமலே இருக்க பல முயற்சிகள் செய்தால் பஞ்சு பல வகையில் குறைவாக பயன்படுவதோடு பஞ்சு இருப்பும் அதிகமாகும்; ஆதலால் சில மாதங்களுக்கு பருத்தி பயிரிடுவதற்கு பதிலாக வேறு உணவு பயிர்களை பயிரிட்டு உணவு பற்றாக்குறையை போக்குவதோடு, உணவு தானிய சேமிப்பும் அதிகமாகும் சூழல் ஏற்படும் என்பதை மக்கள் சமூக நலன் கருதி உணர்ந்து விபத்துக்களை தடுக்கும் தன்னல சூழலிற்கு கட்டாயமாக முன் வர வேண்டும்.

✓ பஞ்சு போன்று பல பொருட்கள் பல விதமாக வீணாகுவதை தடுத்து அதற்கேற்ற சேமிப்பை தொடங்கி சமூகத்திற்கு நலனை செய்யும் சூழல் உருவாக வேண்டும்.

✓ அதிக தார் சாலைகள் பல வருடங்கள் கடந்தும், பல வாகனங்கள் சென்றும் சேதமடையாமல் உறுதியாக இன்றும் இருக்கிறது, தரமான தார் மற்றும் மற்ற சாலைகள் அமைத்தால் சில வருடங்களுக்கு மலைப்பாறைகள் மற்றும் பூமியின் பாறைகளை உடைத்து சிறிய கற்களாக எடுக்கும் நிலை குறைவதோடு வருங்காலத்தில் பாறைகளின் இருப்பும், இயற்கை நலன் காத்திடும் சூழலும், மேலும் அதற்கான பணியாளர்களை

வைத்து வேறு பணிகளை செய்ய வைக்கும் சூழலும் அமையும் என்பதை உணர வேண்டும்.

✓ வீட்டில், உணவு விடுதிகள், நிகழ்ச்சிகள் என பல இடத்தில் இலையின்றி நேரடியாக தட்டில் சாப்பிட்டப் பிறகு இறுதியில் சிறிதும் தட்டில் தண்ணீர் ஊற்றி அலம்பி அந்த தண்ணீரை ஓர் பெரிய பாத்திரத்தில் சேகரித்தால் அந்த தண்ணீர் அருகில் வசிக்கும் மாடு வைத்திருப்பவர் மாடுகள் குடிப்பதற்காக பயன்படுத்தவார், இப்படி செய்வதனால் சாக்கடை நீர் அதிகம் உருவாகுவதை தடுக்கும் நிலை ஏற்படும் என இயற்கைக்கு நேர்மறையாக நினைத்து இதை செய்யும் சூழல் உருவாக வேண்டும்.

✓ அதிக தண்ணீர் பருகுதல், மூன்று நேரங்களிலும் அளவான ஆரோக்கியமான உணவு, காலை மதிய உணவு அளவை காட்டிலும் குறைவான அளவான எளிதில் செரிமானமாகும் உணவை இரவில் எடுப்பது, வீட்டின் சிறிய பல வேலைகள், உடல் உழைப்புகள், உறக்கம், சரியான நேரத்தில் உறக்கம் இவைகள் மட்டுமே என்றும் உடல் ஆரோக்கியமாக இருந்திட செயல்களாகும் என உடல் நலன் கருதி அனைவரும் உணர்ந்து உணவு கட்டுப்பாடு மற்ற பல செயல்களில் மாறும் சூழல் ஏற்பட வேண்டும்.

✓ மேலும் இரவு நேரங்களில் உணவு விடுதிகளில் மாமிச உணவுகளை தவிர்த்தலும், எளிதில்

செரிமானமாகும் உணவை எடுத்தலும் உடல் ஆரோக்கியத்திற்கு மேலும் நன்மை பயக்கும் சூழல் உருவாகும் என்பதை உணர வேண்டும்.

✓ உலகில் உணவிற்காக வறுமை, இறப்பது, போர்கள் என பல துயரங்கள் இருக்கின்ற சூழ்நிலையில் சமூகத்தில் அனைவரும் உணவை வீணாக்காமல் அளவோடு சாப்பிடும் சூழலும்; அளவாக வீணாக்காமல் பயன்படுத்தினால் இருப்புகள் அதிகமாகும் என்பதை உணர்ந்து அளவாக பயன்படுத்தும் சூழலும் உருவாக வேண்டும்.

✓ திருமணம் மற்றும் பல நிகழ்ச்சிகளில் பந்தியில் மக்கள் அமரும் முன்னரே இலையில் பல வகையான உணவுகளை வைத்து அதை பலரும் உண்ணாமல் முக்கிய உணவு ஏதோ ஒன்றை உண்டு மீதம் இருப்பதும் மற்றும் ஆசைக்காக அதிக அளவு பிடித்த உணவு ஒன்றை வாங்கி உண்ண முடியாமல் இருப்பதும் குப்பையில் தான் சேர்கிறது; உலகில் லட்சக்கணக்கான இடங்களில் இப்படிதான் பல அளவில் உணவுகள் வீணாகிறது; அதே நேரத்தில் உணவில்லாமல் உலகில் பலர் தவிக்கிறார்கள் என்பதையும் உணர வேண்டும்; வீணாகுவது உணவுகளின் பலலட்ச மூலப்பொருட்கள் அதாவது பலலட்ச விவசாயப் பயிர்கள் என்பதை உணர வேண்டும்; இந்த அளவில் உணவுகள் வீணாகாமல் இருந்தால் பெரும் உணவுகளின் மூலப்பொருட்கள் இருப்புகள்

இருப்பதோடு, உலகில் உணவு பற்றாக்குறையே இல்லாமல் போய்விடும் என்பதை உணர வேண்டும்.

- ✓ அதையும் தாண்டி நிகழ்ச்சிகளில் வீணாகும் பல உணவுகளை குப்பைக்கு செல்லாமல் மற்ற உயிரினங்கள் உண்ணும் சூழலை ஏற்படுத்த வேண்டும்.

- ✓ கௌரவத்திற்காக, பணம் அதிகம் இருக்கிறது என்பதற்காக, பிறர் புகழ்பாட வேண்டும் என்பதற்காக அதிக வகையான உணவுகளை சமைத்து வீணாக்க வேண்டாம்; ஒரு வகையான உணவாக இருந்தாலும் வந்தவர்களுக்கு பசி அடங்கினால் போதும் என்று நினைத்து சிறந்த பொதுநலமாய் உணவை மதித்து முடிவெடுக்கும் நற்குணம் அனைவருக்கும் தோன்ற வேண்டும்.

- ✓ சாப்பிடும் போது உணவை சிந்தாமல் சாப்பிட வேண்டும் என்பதைவிட, உணவை எடுக்கும் பொழுது தரையில் சோற்றின் ஒரு பருக்கு விழுந்தாலும், இருந்தாலும் அதை எடுத்து சாப்பிடும் மனப்பக்குவத்திற்கு அனைவரும் மாற வேண்டும், இவை உண்ணும் அனைத்து உணவுப்பொருட்களுக்கும் பொருந்தும்.

- ✓ வீட்டில் உணவுகள் உண்ணும் பொழுது பல விதமான உணவுகள் வீணாகிறது, வீணாகும் உணவுகள் குப்பை தொட்டிகளுக்கு மட்டுமே

செல்கிறது, தேவையானதை அளவோடு சமைத்து உண்டால் வீட்டில் உணவப்பொருட்கள் சேமிப்பும் இருப்பும், வீணாகுவதை மற்ற உயிரினங்களுக்கு அளித்தலும் வேண்டும், இதனால் உணவு சேமிப்பையும், குப்பைகளுக்கு செல்லா சூழ்நிலைகளும் அமையும் என்பதை உணர வேண்டும்.

- ✓ வீட்டு வேலைகளுக்கு ஆட்கள் வைக்காமல் அனைத்தையும் வீட்டில் இருக்கும் ஆண் பெண் இவர்களே செய்யும் சூழல் உருவானால் உடல் ஆரோக்கியமாக மாறும் மற்றும் பல நன்மைகள் உருவாகும் என்பதை உணர வேண்டும்.
- ✓ மாநிலத்தின் சொந்த மண் இளைஞர்கள் வேலை வாய்ப்பிற்காக காத்திருக்கும் நேரத்தில் மற்ற மாநில, நாட்டவருக்கு வேலை தராத சூழல் ஏற்பட வேண்டும்.
- ✓ வேலையின்மை, வாழ்க்கை சூழல், பொருளாதாரம் என பல காரணங்களுக்காக இளைஞர்கள் வீதி வீதியாக நடந்து, வாகனங்களில் பொருட்களை விற்பனை செய்யும் தொழில் வேலைகள் அனைத்தும் இல்லாமல் போக வேண்டும்.
- ✓ தண்ணீர், உணவு, இயற்கை வளம் இவைகளால் பஞ்சம், வறட்சி, வறுமை என்பது உலகில் இல்லாமல் போகும் சூழல் ஏற்பட வேண்டும்.

- ✓ மரங்கள் அதிகம் இல்லாத காரணத்தால் தான் வெப்பமான காலநிலை மற்றும் சூடான அனல் காற்று அதிகம் வீசுகிறது; இதனால் மக்கள் மற்றும் வாகன ஓட்டிகள் கடும் அவதிக்கு ஆளாகிறார்கள்; அனைத்து நெடுஞ்சாலைகள், சாலைகளின் நடுவில், இரு பக்கமும், மின் கம்பிகள் இல்லாத பக்கம், காலியான இடங்கள், மரம் இல்லா வீடுகள், கடைகள், அலுவலகங்கள், நிறுவனங்கள், தொழிற்சாலைகள் மற்றும் பல இடங்களில் சிறிதும் உயரமான மரங்கள் நடுதலும் வாகனங்களை குறைத்து இயங்குதலும் குறுகிய மாதங்களில் காலநிலை மாறும் என்பதை உணர்ந்து மரங்கள் நடும் சூழலிற்கு மக்கள் முன் வர வேண்டும்.

- ✓ சாலைகளுக்காகவும் மற்றும் எதற்காகவும் மரங்களை வெட்டும் சூழல் சமூகத்தில் இல்லாமல் போக வேண்டும்.

- ✓ தண்ணீர் லாரிகள் குடிநீரை வீணாக்காத சூழலில் செல்ல வேண்டும்.

- ✓ குளம், குட்டை, கிணறு, ஆறு, அணை என நாட்டில் பல இடங்களில் இருக்கும் அனைத்து பிளாஸ்டிக் மற்றும் மற்ற குப்பைகளை அனைத்து கிராம மற்றும் நகர மக்களை வைத்து அகற்றுதலும், அவைகளை திடக்கழிவு பொருட்களுக்கு பயன்படும் வகையில் பணிகள் செய்யும் சூழலும் உருவாக வேண்டும்; இதனால் பார்க்கின்ற அனைத்து இடங்களிலும்

குப்பையில்லா பூமியாக மாறும் என்பதை உணர வேண்டும்.

- ✓ சாக்கடை, பாதாளச் சாக்கடை, கூவம் ஆறுகளின் கழிவு தண்ணீரை முழுவதும் அகற்றி உரங்களாக மாற்றுவதற்கு ஓர் இடத்தில் சேர்த்து; சாக்கடை கால்வாய்களை மூடி, கழிவு நீர் ஓடிக்கொண்டிருந்த ஆற்றில் நன்னீர் ஓடும் சூழல் உருவாக்க வேண்டும்.
- ✓ சாக்கடை, பாதாளச் சாக்கடை, கூவம் ஆறுகள் என அனைத்தும் சமூகத்தில் இல்லாமல் போக வேண்டும்.
- ✓ கால்நடைகளால் வாகன ஓட்டிகள் சந்திக்கும் அவதிகள், விபத்துக்கள் மற்றும் கால்நடைகளின் பாதுகாப்பு கருதி சாலைகளில் கால்நடை இல்லா சூழலை போக்க உரிமையாளர்களை கடுமையாக பாதுக்காக்கும் சூழல் உருவாக்க வேண்டும்.
- ✓ குழந்தை தொழில் செய்யும், கல்வி கற்க வசதியில்லா மற்றும் அனைத்து குழந்தைகளையும் பள்ளியில் சேர்த்து படிக்க வைக்கும் சூழல் உருவாக வேண்டும்.
- ✓ களி, கூழ், பழைய சாதம், கஞ்சி போன்ற பல ஆரோக்கிய உணவுகளை உண்டு உடலை ஆரோக்கியமாக அனைவரும் வைத்திருக்கும் சூழல் உருவாக வேண்டும்.
- ✓ இன்றைய சமூகத்தில் உலக மக்கள் அனைவரும் தொழில், வேலை என பல விதங்களில்

நிம்மதியில்லாமல் உழைப்பு என்று இயந்திரம் போல் சிரிப்பில்லாமல் வாழ்கிறார்கள், அதைப் போக்க அளவான வேலை நேரம் அமைத்தும், வாரத்தில் இரண்டு நாட்கள் விடுமுறை அளித்தும், அந்த விடுமுறை நாளின் வேலைகளையும் உற்பத்தியையும் சரி செய்து, நிம்மதியாக பிடித்ததை சமூகத்தில் உள்ள அனைத்து வயதினரும் செய்து, விளையாடி வாழ்ந்திட இச்சமூகம் முன் வர வேண்டும்.

✓ மேலும் கல்வி, தொழில், வேலை என பிறந்த ஊரை பிரிந்து வேறோரு இடத்தில் சென்று வாழும், வந்துபோகும் பல கோடி மக்கள் படித்த இடங்கள், வாழ்ந்த இடங்கள், நல்ல கெட்ட நிகழ்வுகள் என பலவற்றை இழந்து வாழும் சூழல் இருக்கிறது; இதைப் போக்க தலைநகரத்தில் மட்டுமல்லாமல் அனைத்து இடத்திலும் கல்வி, வேலைவாய்ப்பு வசதிகள் என பல உருவாக்கிட; பிறந்த மண்ணிலே கல்வி, வேலை செய்யும் சூழலும், பல பயணங்கள் தவிர்க்கும் சூழலும், நினைவுகளை இழந்து வருத்தப்படாத சூழலும், சுற்றுச்சூழலும், பொருளாதாரமும் இன்னும் பல நன்மைகள் இதனால் நன்கு விளங்கும் என்பதை உணர்ந்து அதை உருவாக்க வேண்டும்.

✓ மற்றவர்கள் கேட்பார்கள், ஏதேனும் நினைப்பார்கள், மற்றவர்கள் கண் முன் இதை செய்ய வேண்டும் என்பதற்காக கடன் வாங்கி பலவற்றை செய்யும்

மனப்பக்குவத்தில் இந்த உலகில் உள்ள அனைவரும் இல்லாமல் போக வேண்டும்.

✓ ஒரு இடத்திற்கு நடப்பது, ஓடுவதை காட்டிலும் மேலும் விரைவாக செல்லக்கூடும் ஒரு வகையான வழி தான் இருச்சக்கர, கார், பேருந்து மற்றும் மற்ற வாகனங்களே தவிர அதிவேகமாக சென்று கட்டுப்பாட்டை இழந்து நமக்கும், மற்றவர்க்கும் விபத்துக்கள் உருவாக்கி உடல் பிரச்சனைகள் மற்றும் உயிரிழப்புகள் ஏற்படுத்த அல்ல என்பதை உணர்ந்து குறைந்த வேகத்தில் செல்லும் விழிப்புணர்வு கார், பைக் ஓட்டிகள் என அனைவரிடமும் ஏற்பட வேண்டும்.

✓ காதல் என்பது, குறிப்பிட்ட வயது கடந்தபின் பெற்றோர்கள் தங்கள் பிள்ளைகளுக்கு வாழ்க்கை முழுவதும் அன்பாக, துணையாக, எக்காலத்திலும் விட்டு செல்லாமல், பலவற்றை விட்டுக்கொடுத்து சகிப்புத்தன்மையுடன், மகிழ்ச்சியுடன் இன்பமாக இவர்கள் கணவன் மனைவியாக வாழ்வார்கள் என்று முடிவெடுக்கும் முன்பாக, பிள்ளைகள் அவற்றை உணர்ந்து இவன், இவள் எனக்கு சரியானவர்கள் என்று பெற்றோர்களுக்கு முன்பாக துணை தேடி காலமுழுவதும் இவர்களோடு தான் வாழ வேண்டும் என்று உணர்ந்து முடிவெடுக்கும் ஒரு வகையான அன்பு தான் காதலே தவிர; அழகு, பணம், ஆசை என பலவற்றை பார்த்து ஏமாற்றி, தவறான பாதையில் சென்று, விட்டுச் செல்வது

காதல் இல்லை என்பதை தெளிவாக ஆண் பெண் என பலரும் உணர்ந்து சரியான வாழ்க்கை பாதையில் சென்று சமூகத்தில் அனைவரும் வாழ வேண்டும்.

- ✓ தங்குவதற்கு வீடு வசதியில்லாமல் சாலையோரத்தில் கிடக்கின்ற இடங்களில் உறங்கி தவிக்கும் பல மக்களின் வேதனை சூழல் இல்லாமல் போக வேண்டும், அதனை போக்கும் வழியில் சமூகம் முன் வர வேண்டும்.

- ✓ கடுமையாக இரவு பகல் என வேலை பார்த்து மன உளைச்சலில் தவிக்கும் பல தொழிலாளிகள், காவலர்கள், பெண் காவலர்கள் என பலரின் வேலை நேரங்கள் குறைவான வேலை நேரமாக மாறும் சூழல் ஏற்பட வேண்டும்.

- ✓ மன உளைச்சல் ஏற்படுத்தும் இரவு நேர வேலைகள் பெண்களுக்கு இல்லாமல் போக வேண்டும்.

- ✓ உலகில் வேலை, தொழில், உழைப்பு என்பது உயிர் வாழ காரணமாக இருக்கும் உணவிற்கு அதன் உற்பத்திக்காக உழுது, நீர் பாய்ந்து, பயிரிட்டு, பராமரித்து, அறுவடை செய்து, வியாபாரம், மற்ற இடங்களில் செல்வதற்கான போக்குவரத்து முதலிய உடல் உழைப்பு வேலைகள் செய்வதாகும்; அமைதியாக எவையும் செய்யாமல் இருந்தால் உணவு வராது, இவற்றை செய்தால் உணவு வரும் அதற்காக தான் வேலை, தொழில் என

தோன்றியது; அன்று உணவிற்காக தோன்றியது இன்று பலவற்றை உருவாக்கி அதற்காகவும் பணிகள் செய்ய வைக்கிறது.

- ✓ பகல், இரவு, தனிமை என எல்லா நேரங்களிலும் பெண்கள் தைரியமாக, நம்பிக்கையாக அனைத்து இடங்களுக்கும் செல்லும், பாதுகாப்பான சூழ்நிலைகளாக சமூகம் மாறியது என்று பெண்கள் உணரும் சூழல் ஏற்பட வேண்டும்.

- ✓ மாடி குடியிருப்புகளில் சிலிண்டர் சுமக்கும் தொழிலாளியின் துயரங்கள் மாறும் சூழல் ஏற்பட வேண்டும்.

- ✓ அம்மி, உரல் போன்ற பல உடல் ஆரோக்கியமான வீட்டு உபயோக பொருட்களை பயன்படுத்தும் சூழலும் மற்றும் உடல் எடை கூடாமல் இருப்பது, நோயின்றி இருப்பது, இதயப் பிரச்சனைகள் என எவையும் இதனால் நெருங்காது என்பதை உணர வேண்டும்.

- ✓ வீட்டு வேலைகள், இயந்திரங்கள் இல்லாமல் மனிதர்களே அனைத்தும் செய்யும் சூழல் உருவாக வேண்டும்.

- ✓ பயன்படாத வீடுகள், கட்டிடங்கள் என பலவற்றை சமூக மக்கள் அனைவரையும் வைத்து உடைத்து பொடிகளாக்கி பூமியின் பல வெற்று இடங்களை நிரப்பும் சூழல் உருவாக வேண்டும்.

- ✓ நாள் முழுவதும் கடின உழைப்பில் உழைத்து பணம் ஈட்டுவதற்குள், உழைப்பவர்கள் படும் துயரங்கள் பல; அப்படிப்பட்ட பணத்தை பேனர்களுக்கு, மாலைகளுக்கு, பட்டாசுகளுக்கு, நிகழ்ச்சிகளுக்கு, அதிக விலையில் ஆடைகளுக்கு, பைக், கார், உணவுகளுக்கு, தேவையில்லா பல ஆடம்பர பொருட்கள் மற்றும் செயல்கள் என பலவற்றிற்கு வீணாக்கும் சூழல் இல்லாமல் போக வேண்டும்.

- ✓ சமூக மற்றும் இயற்கை நலன் சார்ந்தும் பிளாஸ்டிக் பொருட்கள் அனைத்தும் தயாரிக்காத சூழல் சமூகத்தில் ஏற்பட வேண்டும்.

- ✓ பார்சல் உணவு பொருட்கள் அனைத்தும் பிளாஸ்டிக் பொருட்களால் கட்டும் சூழல் அறவே மாற வேண்டும்.

- ✓ மக்கள் பயணங்களை தவிர்த்தலும், எதற்காக பயணம் என்ற காரணங்களை அறிந்து அவைகளை குறைத்தலும் சமூகத்தின் பல இயற்கை நன்மைகள் உருவாகுவதோடு உடல் ஆரோக்கியம் பாதிப்பில்லை என்பதை உணர வேண்டும்.

- ✓ உடல் ரீதியான அதிக விளையாட்டுகள் அனைத்து மாணவர்கள், இளைஞர்கள், பெண்கள், பெரியவர்கள் என அனைவரும் சமூகத்தில் விளையாடும் ஆரோக்கியமான சூழல் உருவாக வேண்டும்.

- ✓ பேருந்து நிழற்கூடம் எல்லாம் குளிர்ச்சியான மரங்கள் நிழலின் இடங்களாகவும் அவ்வாறு இல்லையென்றால் உருவாக்கும் செயலில் ஏற்படுதலும் வேண்டும்.

- ✓ மின்சாரம் வீணடிக்கும் பல செயல்கள், நிகழ்ச்சிகள் என எல்லாம் அறவே மாறும் சூழல் ஏற்பட வேண்டும்.

- ✓ பொது இடத்தில் குறிப்பிட்ட தூரம் விகிதம் பொதுகழிப்பறை அமைக்கும் சூழல் அனைத்து இடத்திலும் ஏற்பட வேண்டும்.

- ✓ பொது இடத்தில் குறுகிய தொலைவில் குடிநீர் வசதி மனிதர்களுக்கும் மற்ற உயிரினங்களுக்கும் அமைக்கும் சூழல் ஏற்பட வேண்டும்.

- ✓ வன்முறை, திருட்டு, கொலை என பலரால் வரும் தீமை இன்னல்கள் இல்லாத சமூகமாக உலகம் மாறும் சூழல் ஏற்பட வேண்டும்.

- ✓ மருத்துவக் கழிவுகளை இரும்பு மற்றும் மற்ற உலோகங்கள் உருக்கும் திரவங்களில் சேர்த்து, மக்கள் அதிகமாக அருகில் செல்லாத மின்கம்பம், ரயில் தண்டவாளம் போன்ற பல இரும்பு திடப்பொருளாக மாற்றுதலும்; மின்னணு குப்பைகளை இரும்பு மற்றும் பிளாஸ்டிக் உருக்கும் திரவங்களில் சேர்த்து திடப்பொருளாக மாற்றுதலும்; இதனால் குப்பைகள் அல்லாத நோய் உண்டாகாத இயற்கை சமூகத்தை காக்கும்

சூழல் உருவாகும் என்பதை உணர வேண்டும்; மேலும் மருத்துவ கழிவுகள் அதிகம் குறைவதற்கு மக்களிடம் தான் முடிவு இருக்கிறது என்பதை உணர வேண்டும்.

✓ இன்றைய இளைஞர்கள் நாளைய அதிகாரிகள், வருங்கால வழிக்காட்டிகள், ஆதலால் கல்லூரி மாணவர்கள் மற்ற கல்லூரி மாணவர்களுடன் அடிதடி, வன்முறை, பேருந்தில் ரகளை, பெண்களை கேலி செய்தல் தவறாக பேசுதல் போன்ற பல செயல்களில் ஈடுபடாமல் ஒற்றுமையாக வாழும் சூழல் ஏற்பட வேண்டும் அதற்கு காவல் நண்பர்களும் ஆசிரியர்களும் துணையாக அறிவுரை வழங்கி அவர்களை நல்வழிப்படுத்தும் செயலில் ஈடுபடுதல் வேண்டும்.

✓ கிராமங்களில் பாரம்பரியத்தை கலாச்சாரத்தை வழிவகுக்கும் நிகழ்ச்சிகளாக மட்டுமே தெருக்கூத்து, கரகாட்டம் போன்ற பல விழாக்கள் நடக்க வேண்டுமே தவிர; பெண்களை இழிவுபடுத்தும் செயல்களும் வார்த்தைகளும் இல்லாமல் போகும் சூழல் ஏற்பட வேண்டும்.

✓ தூய்மை பணியாளர்களை உயர்வாக மதிக்கும் சூழல் சமூகத்தில் அனைத்து மக்களிடமும் ஏற்பட வேண்டும்; உழைப்பவர்களுக்கே முன்னுரிமை; உழைப்பவர்களே உயர்ந்தவர்கள் என்பதை ஆணித்தனமான மனிதநேய செயலாக மதிக்கும் சூழல் ஏற்பட வேண்டும்.

- ✓ இணையதளம், சினிமா, ஊடகம், செயலி என பலவற்றில் பெண்களை ஆபாசமாக இழிவுபடுத்தும் புகைப்படங்கள், செயல்கள், காட்சிகள் என அனைத்தும் இல்லாமல் போகும் சூழலும் அதற்கான நன்மை செயலை பெண்களும் கட்டாயமாக கடைபிடித்து வாழும் சூழலும் ஏற்பட வேண்டும்.

- ✓ பெண்கள் வன்கொடுமைகள், இன்னல்கள், கண்ணீர்கள் பல துயரங்கள் என அனைத்தும் சமூகத்தில் இல்லாமல் போக வேண்டும்; பெண்ணின் விருப்பமின்றி எந்த செயல்களும் மனரீதியாகவும் உடல் ரீதியாகவும் பெண்களை காயப்படுத்தாத சமூகமாக கட்டாயமாக மாற வேண்டும்.

- ✓ எளிமையாக வாழும் வாழ்க்கை சூழலை மக்கள் அனைவரும் ஏற்று வாழ தொடங்குவதோடு, இது தான் எதார்த்த நிரந்தர வாழ்க்கை என்று உணர்ந்தும்; வீடு கட்டுதல், கார் வாங்குதல் இன்னும் பல அனைத்து செயல்களை பிறர் செய்கிறார்கள் என்று மற்றவரும் புரிதலின்றி செய்யாத சூழ்நிலைகள் ஏற்பட வேண்டும்.

- ✓ உணவின்றி தவிப்பவர்களுக்கும் இறப்பவர்களுக்கும் நிரந்தரமாக உதவிடும் வகையில் மனமிருந்து பணமிருப்பவர்கள் உணவளித்து உணவால் தவிப்பவர்களை என்றும் இல்லாமல் செய்ய

அனைவரும் முன்வரும் சூழலும் உருவாக வேண்டும்.

- ✓ இயற்கை பல செயல்களில் மாசுபடுவதால் நிகழ்காலம் அழிந்து வரும் நிலையும், வருங்காலம் அழியும் நிலையும் ஏற்படும் சூழல் உள்ளது; ஆதலால் சமூக நலன் கருதி இயற்கைக்கு பாதிக்காத செயல்களும் மற்றும் இயற்கையை செழுமை படுத்தும் செயல்களும் மட்டுமே தனிமனித அனைவரின் செயல்களாக கட்டாயமாக இருந்திட வேண்டும்.

- ✓ இந்த உலகில் ஓர் உயிரை உருவாக்கும் தன்மை மண்ணிற்கும் பெண்ணிற்கும் மட்டுமே உண்டு; அப்படிப்பட்ட மண் வளத்தை தூய்மையோடு இயற்கை சூழலில் பாதுகாத்தலும் மற்றும் பெண்கள் சந்திக்கும் துயரங்களை போக்குதல், மனரீதியாக உடல் ரீதியாக பெண்களை காயப்படுத்தாமை, பெண்கள் தவறான வாழ்க்கை பாதையில் சென்றால் அவர்களை நல்வழிப்படுத்துதலும், சிறந்த குணங்களோடு பெண்களின் ஒத்துழைப்பும் வேண்டும் என்பதை பெண்கள் உணர்ந்து அதற்கான வாழ்க்கையை வாழ வேண்டும்; பெண்ணின் அருமை பெண்ணிற்கு தெரிவதில்லை!

- ✓ ...,

மக்களுக்கான தெளிவுரை

✓ சமூகத்தில் யாரேனும் எங்கேயோ செய்யும் தவறு தான் பிறரை பாதிக்கிறது, அவை எந்த செயலானாலும் சரி, இது அனைத்திற்கும் பொருந்தும்; மேலும் அதிகபட்சமாக இதனால் உயிரும் போகிறது, பல இன்னல்களுக்கு தள்ளப்பட்டு மன உளைச்சலில் வாழ வைக்கிறது, வறுமையை வர வைக்கிறது, பஞ்சம் ஏற்படுத்துகிறது, இயற்கையை அழிக்க வைக்கிறது, உணவிற்கு மற்றவரிடம் ஏங்க வைக்கிறது, உணவில்லாமல் உயிர் போக வைக்கிறது, கொலை செய்ய வைக்கிறது, தற்கொலைக்கு முயற்சிக்கிறது, காலநிலையை மாற்ற வைக்கிறது, இயந்திரம் போல் வாழ வைக்கிறது, சிந்திக்காமல் இருக்க செய்கிறது, துரோகம் செய்ய தூண்டுகிறது, எதிரியாக மாற்றுகிறது, ஒற்றுமையை சிதைக்கிறது, ஆசையை தூண்டுகிறது, பாகுபாடு வேறுபாடு பார்க்கச் செய்கிறது, தீய வழியில் செல்ல வைக்கிறது, மனித நேயத்தை இழக்க செய்கிறது,

நிம்மதியை தேட செய்கிறது, கண்ணீரை வர வைக்கிறது.

✓ தங்கள் வீட்டு பிள்ளைகள் யாவரும் திருடக் கூடாது, கொலை செய்ய கூடாது, பெண் வன்கொடுமை செய்யக் கூடாது, மது அருந்தக் கூடாது, புகைப்பிடிக்க கூடாது, போதைப்பொருளுக்கு அடிமையாக கூடாது, பெண்ணாசை வரக் கூடாது, கொலை செய்யும் கூலப்படையாக மாறக்கூடாது, தற்கொலை செய்யக் கூடாது, சாப்பிடாமல் இருக்க கூடாது, பிறரிடம் உணவிற்காக யாசிக்க கூடாது, தீண்டாமை சொல்லி இழிவாக அவமானப்படுத்தக் கூடாது, பெண்களை சித்திரவதை செய்யக்கூடாது, ஏமாற கூடாது, ஏமாற்ற கூடாது, படிக்காமல் போக கூடாது, வேலை கிடைக்காமல் இருக்க கூடாது, வேலைகளில் சிரமப்படக் கூடாது, பிறர் தீங்கு செய்ய கூடாது, இன்னல்கள் வரக்கூடாது, கஷ்டப் பட்டு வாழக்கூடாது, மன உளைச்சலுக்கு ஆளாக கூடாது, வறுமையில் வாட கூடாது, முட்டாளாக இருக்க கூடாது, துரோகம் செய்ய கூடாது, தீய வழியில் போக கூடாது, நிம்மதி இல்லாமல் இருக்க கூடாது, மிருகமாக இருக்க கூடாது என பல வகையில் நினைக்கும் பெற்றோர், உறவினர், நண்பர்கள் என அனைவரும், சமூகத்தில் உள்ள அனைவருக்கும் இப்படி நினைப்பதில்லை, ஆதலால் சமூகம் ஒரு தீங்கான பாதையில் செல்கிறது, மேற்கண்டபடியே சமூகத்தில் உள்ள அனைவரும் அனைவருக்கும் நல்லதை நினைத்து

அதை நிகழ்த்தும் சூழல் உருவானால் சமூகத்தில் நன்மை, நிம்மதி ஏற்படும் என்பதை உணர வேண்டும்.

- ✓ திருட்டு, கொலை, பாலியல் வன்கொடுமை, வன்முறை, பிறர்க்கு தீங்கு என பல குற்றங்கள் செய்பவர்கள் தங்களுக்கும் மற்றும் தங்கள் குடும்பத்திற்கும் இவை நிகழ்ந்தால் அதை ஏற்கும் மனநிலை நமக்கு உள்ளதா என்பதை உணர்ந்து தீமையில் செல்லாமல் சிறந்த மனிதராக இன்பமோடு மகிழ்ச்சியாய் சமூகத்தில் குற்றம் செய்யாமல் வாழ, குற்றம் செய்தவரும் மற்றவர் என அனைவரும் நன்மையில் வாழும் சூழலிற்கு முன் வர வேண்டும்.

- ✓ இன்று சமூகத்தில் தீய வழியில் சென்று பல குற்றங்களை செய்தும், தண்டனைகளை அனுபவித்தும், வாழ்க்கையை தொலைத்தும், வன்முறையில் ஈடுபட்டு கொலை, போதைப் பழக்கம் செய்தும், பெண்களின் தவறான வாழ்க்கை பாதை என பலவற்றை செய்து, நிம்மதியில்லாமல் இவர்களின் வாழ்க்கை அமைந்ததற்கு பெற்றோர், ஆசிரியர், நண்பர் மற்றும் சமூகத்தில் இருப்பவருமே ஆவர், சிறிய குற்றங்கள் செய்திடும் போதே தண்டித்திருந்தால் இவர்களின் வாழ்க்கை பாதை இவ்வாறு மாறி அவர்கள் இச்சமூகத்தில் நிம்மதியில்லா வாழ்க்கை வாழும் சூழல் இல்லாமல் சென்றிருக்கும்.

- ✓ சமூகத்தில் எந்த குற்றங்கள் இருந்தாலும், செய்த பிறகு நல்வழிப்படுத்தி திருத்தாமல் இருப்பதும் குற்றங்களை செய்ய தூண்டுதலும் செய்ய வைப்பதும், அவர்களின் மேல் அக்கறையில்லாமல் இருப்பவரே ஆவர், அவர்கள் தான் குற்றங்களை செய்ய வைப்பவர்கள் ஆவர், இவர்கள் நன்றாக மகிழ்ச்சியுடன் வாழ வேண்டும் என்று நினைப்பவர் எவரும் மற்றவர்களுக்கு தீயதை சொல்லவோ செய்யவோ மாட்டார்கள்.

- ✓ எந்தப் பெற்றோரும், நீங்கள் நன்றாக இருக்க வேண்டும் என்று நினைக்கும் நண்பரும் தீயதை செய் என்று துணை வரமாட்டார்கள், ஆனால் மற்றவர்களின் சுயநலத்திற்காக மற்றவர்கள் பிறரை அதிகபட்சமாக கொலை செய்யும் அளவிற்கு தூண்டுகிறார்கள், ஆனால் அவர்கள் வீட்டு பிள்ளைகளை இதை செய்ய விடமாட்டார்கள், காரணம் மற்றவர்கள் மேல் அக்கறையின்மையே ஆகும், ஆம்! இச்சமூகத்தில் குற்றங்கள் செய்பவர்கள் யாவருக்கும் அக்கறையோடு நல்வழிப்படுத்தும் பெற்றோர், நண்பர்கள் என யாவரும் இல்லாதவரே ஆவர், அக்கறைப்படும் யாவரும் யாவரையும் தீயதை செய்ய விடமாட்டார்கள்.

- ✓ பெற்றோர்கள், ஆசிரியர்கள் தங்கள் பிள்ளைகளை கண்டித்து வளர்க்காமல் இருப்பது, தவறு செய்தால் அவர்களை திருத்தாமல் இருப்பதால் தான் பல குற்றங்கள் சமூகத்தில் நடக்கிறது.

- ✓ பெற்றோர்கள் பிள்ளைகளுக்கு சிறந்த குணங்கள் சொல்லி வளர்த்தால் திருட்டு, கொலை, போதைப் பொருட்களுக்கு அடிமை, பெண்களுக்கு நடக்கும் குற்றங்கள், பெண்கள் செய்யும் பல தவறுகள், லஞ்சம், பேராசை, ஒழுக்கம் தவறுதல், கெடுதல் எண்ணம் என பல தீங்கான செயல்கள் சமூகத்தில் இல்லாமல் போகும் சூழல் ஏற்படும்.

- ✓ பெற்றோர்கள் ஆசிரியர்கள் பிள்ளைகளை நல்வழிப்படுத்தி வளர்க்கும் சூழல் அமைந்தால் அவர்களின் வாழ்க்கை நன்றாக அமைவதோடு வருங்காலத்தில் பல இன்னல்களுக்கு ஆளாகி தீய வழியில் செல்லா சூழலும் மற்றும் சமூகத்தில் குற்றங்கள் இல்லா சூழலும் அமையும்.

- ✓ ஒரு வேலை உணவு என்பது அந்த நேரத்தில் பசியை மட்டும் போக்குவதற்கான உணவு தான் என்பதை உணர வேண்டும்.

- ✓ சிறந்த மகிழ்ச்சியான வாழ்வு என்பது உடலில் நோயில்லாத ஆரோக்கியமான வாழ்வு என்பதேயாகும்; நோயான வாழ்வில் ஆரோக்கியமற்ற உணவு, உடல் அசைவு வேலைகள் இல்லாமை, கோபம், மன உளைச்சல், கவலை, மற்ற உடலுறுப்பின் மாறான வேறு செயல்கள், மூளையை மங்க வைக்கும் செயல்கள், தொலைபேசி அதிகம் பார்த்தல் போன்ற பல செயல்களுக்கு பங்குகள் உண்டு.

✓ இந்தச் சமூகம் உலகில் உள்ள அதிபர்கள், தொழிலதிபர்கள், மந்திரிகள், அரசியல் வாதிகள், அரசு அதிகாரிகள், பொது மக்கள் என அனைத்து உலக மனித உயிர்களையும் வாழ்வதற்கு என்ற சூழலில் எதற்காக ஓட வைக்கிறது, எது வாழ்க்கை, எது உண்மை, எது நீதி, எது தேவை, எது நிம்மதி, எது தர்மம், எது செய்வது சரி, எது இயற்கை, எது நன்மை, எது பொய், எது சூழ்ச்சி, என்று தெரியாமல் அனைவரையும் சுயநலம், துரோகம், பேராசைகள், பொறாமை, பிறர்க்கு கெடுதல் செய்வது, கெடுதல் எண்ணங்கள், அறியாமை, தீமை, ஆணவம், ஒழுக்கமில்லாமல், உழைக்காமல், உதவாமல் என பல வன்மங்களில் மக்களை அழுகை, மன உளைச்சல், கோபம், மன வலிகள், மௌனம், கவலை, ஏமாற்றம், நிம்மதியில்லா வாழ்க்கை என மகிழ்ச்சியின்றி இறுதிவரை பணம்,பதவி, ஆசை என பலவற்றிற்கு ஓட வைத்து தெளிவில்லாமல் இறப்பதற்கு கொண்டு செல்கிறது, இறந்ததை பார்த்தும் புரியாமல் மக்களை ஏமாற்றுகிறது.

✓ இந்த உலகில் அனைவரும் சில வருடங்களுக்கு பூமியில் பிறந்து, தங்கி, உண்டு, வளர்ந்து, படித்து, வேலை செய்து, மகிழ்ந்து என பலவற்றிற்கு பிறகு எவையும் எடுத்து செல்லாமல் இறப்போம் என்பதை அறிவின் உயர்ந்த சிந்தனையாக சிந்தித்து அதை ஏற்கும் மனநிலையில் அனைவரும் இருக்க வேண்டும்; அதாவது உலக மனிதர்களுக்கு சில வருடத்திற்கான வாடகை வீடு தான் பூமி என்பதை

ஏற்க வேண்டும்; ஆதலால் இந்த உலகில் எதுவும் யாருக்கும் சொந்தமில்லை, யாவும் இவர்களுக்கு இல்லை என்பதுமில்லை; உயிர் வாழும் காலத்தில் இயற்கை மற்றும் அனைத்தையும் ரசித்து வாழ்ந்த பிறகு வருங்காலத்தில் வந்து தங்குபவர்களுக்கு - அடுத்த தலைமுறைக்கு சிறப்பாக இந்த உலகை ஒப்படைத்து செல்ல வேண்டும்.

- ✓ இந்த உலகம் அறியாமை, எதிர்ப்பார்ப்பு, கெடுதல் எண்ணம், துரோகம், ஆடம்பரம், பொறாமை, ஆசை, நோய், சுயநலம், சோகம், ஆணவம், தீண்டாமை, வன்முறை, ஏழை இல்லாத சமூகமாக மாறும் சூழல் ஏற்பட வேண்டும்.

- ✓ சமூகத்தில் நல்லதை பெரும்பாலும் யாவரும் யாவர்க்கும் சொல்வதில்லை, சொன்னாலும் அதை ஏற்பதில்லை, மனம் மாறி நல்லது செய்ய சூழ்நிலைகளும் மக்களுக்கு சமூகத்தில் அமையப்படுவதுமில்லை, பல சூழ்நிலைகளும் செயல்களும் சிந்திக்காமல் அல்ல சிந்திக்க விடாமலே மக்களை செய்கிறது.

- ✓ மனித வாழ்க்கை என்பது பிறந்து, ஆரோக்கியமாக உண்டு, வளர்ந்து, மற்றவர்க்கு உதவியாக, மற்ற உயிரினங்களையும் இயற்கையையும் பாதுகாத்து, உழைத்து, மகிழ்ச்சியாக வாழ்வதேயாகும்.

- ✓ ...,

“பட்டாம்பூச்சி போல் பறந்திருந்த மனதில் பதற்றமும் பறக்க காரணம் என்னவோ? சிரித்திருந்த வேலையில் அந்த சிரிப்பிற்கும் சிதைவு வந்து சிந்தனையில் ஆழ்ந்து மனம் போனதோ? தனிப்பட்ட வாழ்க்கையில் உணவு குறை இல்லையே, பிறர் துயரம் இல்லையே, கற்றல் தடையில்லையே, வாழ்வும் இன்னல் இல்லையே, புகழுக்கு பஞ்சம் இல்லையே, அன்பானோர் குறைவில்லையே, அனைத்தையும் பெற்றவர் தாங்கி சுமந்தாரே காத்து நானும் நின்றேனே; பிறகு என்ன கண்டதோ என் கண்கள்? எதைப் பார்த்து வருந்தியதோ என் மனதின் நினைவுகள்? நிம்மதியின்றி ஆழ்ந்த சிந்தனையில் மனம் சென்றதோ? படிக்கும் பள்ளி காலத்தில் படாத்துயர் பட்டேனோ? இன்னல்கள் பல கடந்திருந்தால் பத்தில் ஒன்றாக இருந்திருக்குமோ? முதல் துயரமோ என்று முடியும் என்று நினைத்தேனோ? எதை சிந்தித்து வேதனை கொண்டது என் சிந்தனை? ஆனால் என்னை நினைத்து கவலைப்படவில்லை, சமுகத்தைப் பற்றி நினைத்தேனோ? மக்கள் படும் துயரத்தை நினைத்தேனோ? அதில் உணவில்லாமல் தவிப்பவரை பற்றி நினைத்தேனோ? அவைகள் எனக்கே நடந்தது போல் உணர்ந்தேனோ? உறக்கமில்லாமல் இருந்தேனோ? இரவெது பகலெது என புரியாமல் வாழ்ந்தேனோ? சிந்தனையெல்லாம் அதிலே போனதோ? சிந்தனைக்கும் சோதனை வந்ததோ? என் நிம்மதியும் நிம்மதி வேண்டுமென கேட்டதோ? கற்கும் செயல்கள் மௌனமானதோ? புகழ்ந்தோர் இகழ்வாராக சூழல் வந்ததோ? மனம் பொறுமை காத்ததோ? அதை

தாங்கி வாழ்க்கை நகர்ந்ததோ? ஊசிப்போல் நினைவில் குத்தியதே ஆனால் அது ஊசியில்லை, இடிப்போல் நினைவில் இடிந்ததே ஆனால் அது இடிகளுமில்லை, துயரங்கள் தூக்கத்தை சிதைத்ததோ? எந்நேரமும் பல சிந்தனைகள் நினைவில் ஓயாமல் ஓடியதோ? இன்னல்கள் பல அடைந்தேனோ? தன் நிழலிற்கும் காட்டாமல் கடந்தேனோ? இன்றும் மனதில் வைத்து வாழ்கிறேனோ? மழையில்லா நிலம் பார்த்து என் உடல் வறட்சியானதோ? நீரில்லாத பயிர்கள் பார்த்து என் உயிர் காய்ந்ததோ? இயற்கை, மரம் வளம் அழிய என் உடல் நலம் சிதைந்ததோ? இவை மட்டும் இல்லையே மற்றவை எல்லாம் இதில் சொல்ல முடியவில்லையே? சமூகம் பல துயரத்தில் ஆனது தவறு செய்தவர்களால் இல்லையே தவறு செய்தபோது அதை தட்டிகேளாமல் அவர்களை நல்வழிப்படுத்தாமல் தீமை சூழ்நிலைக்கு தள்ளி அவர்களின் வாழ்வை சிதைத்து வேடிக்கை பார்த்து நின்றவர்கள் செய்த தொல்லையே!!!?”

- சஞ்சீவ்.தி

www.ingramcontent.com/pod-product-compliance
Lightning Source LLC
LaVergne TN
LVHW091055150826
845673LV00002B/589

* 9 7 9 8 8 9 1 3 3 7 7 2 5 *